# மலையன்குளம்

ஜெயராமன் ரகுநாதன்

மலையன்குளம்
- ஜெயராமன் ரகுநாதன் ©

முன்னட்டை ஓவியம்: ஓவியர் ஜீவா

சுவாசம் பதிப்பகம்

Malaiyankulam
by Jayaraman Raghunathan ©

ISBN: 978-81-19550-97-5
Title Number: Swasam 140

First edition: Dec 2023

Published by:
Swasam Pathippagam,
An imprint of Swasam Publications Private Limited,
52/2, Near B.S Mahal,
Ponmar,
Chennai, Tamil Nadu – 600127
Email: swasam.publications@gmail.com

Printed by: Real Impact Solutions, Chennai - 600 004

To buy the book: Swasam Bookart - +91-8148066645
Website: https://www.swasambookart.com/

# உள்ளே...

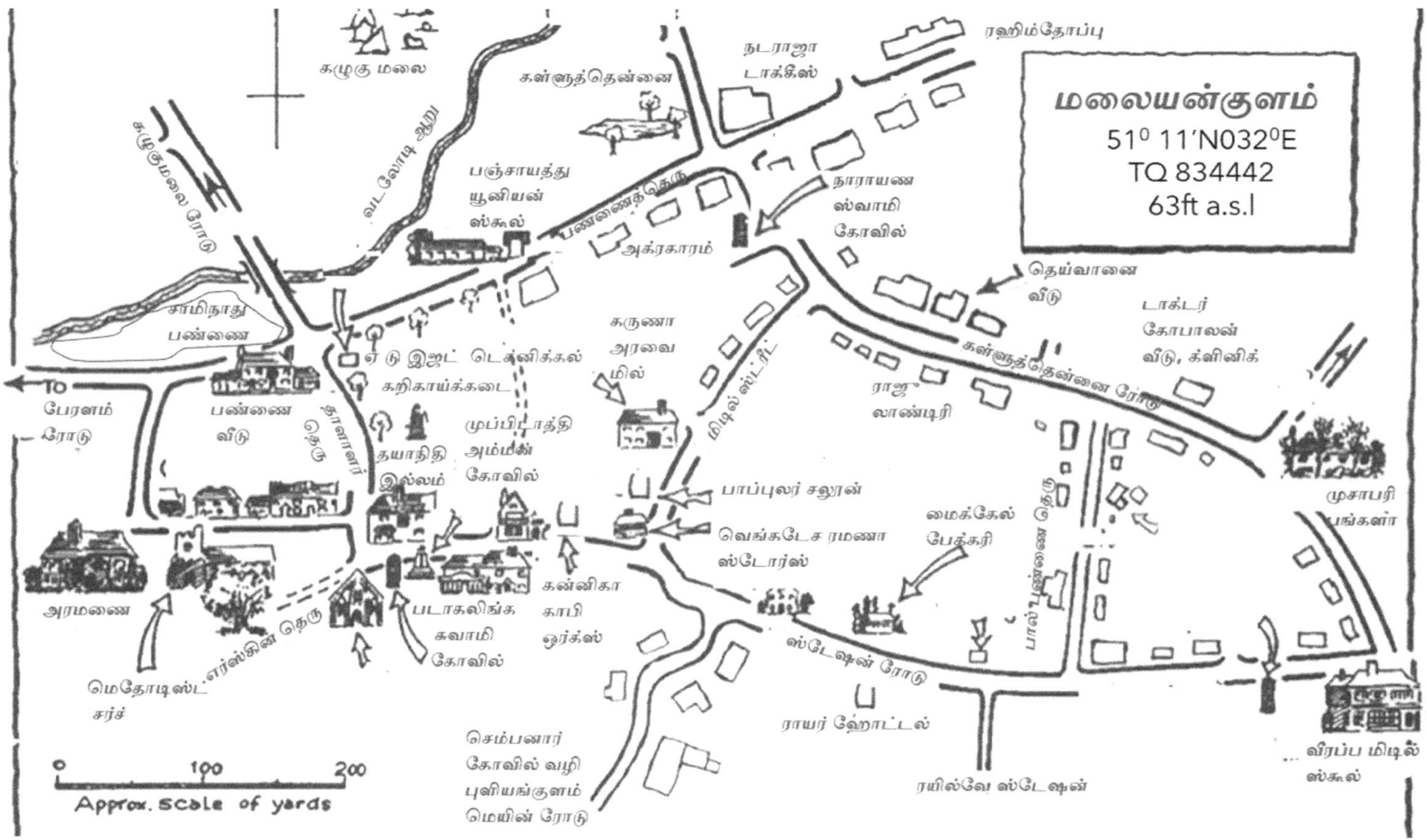
மலையன்குளம்
51° 11′N032°E
TQ 834442
63ft a.s.l
கழுகு மலை
கழுகுமலை ரோடு
வடவோடி ஆறு
கள்ளுத்தென்னை
நடராஜா டாக்கீஸ்
ரஹிம்தோப்பு
பஞ்சாயத்து யூனியன் ஸ்கூல்
பண்ணைத் தெரு
அக்ரகாரம்
நாராயண ஸ்வாமி கோவில்
தெய்வானை வீடு
டாக்டர் கோபாலன் வீடு, க்ளினிக்
சாமிநாது பண்ணை
TO பேரளம் ரோடு
பண்ணை வீடு
தாளாளர் தெரு
ஏ டு இஜட் டெக்னிக்கல்
கறிகாய்க்கடை
தயாநிதி இல்லம்
முப்பிடாத்தி அம்மன் கோவில்
கருணா அரவை மில்
மிடில் ஸ்ட்ரீட்
கள்ளுத்தென்னை ரோடு
ராஜு லாண்டிரி
பாப்புலர் சலூன்
வெங்கடேச ரமணா ஸ்டோர்ஸ்
மைக்கேல் பேக்கரி
பண்ணை தெரு
முசாபரி பங்களா
அரமனை
எர்ஸ்கின் தெரு
மெதோடிஸ்ட் சர்ச்
படாகலிங்க சுவாமி கோவில்
கன்னிகா காபி ஒர்க்ஸ்
ஸ்டேஷன் ரோடு
ராயர் ஹோட்டல்
செம்பனார் கோவில் வழி புளியங்குளம் மெயின் ரோடு
ரயில்வே ஸ்டேஷன்
வீரப்ப மிடில் ஸ்கூல்
0 100 200
Approx. scale of yards

# என்னுரை

சிறுகதை என்பது ஒரு எழுத்தாளனுக்குக் கடின உழைப்பிலிருந்து நிதானத்திற்கு வருவதற்கான ஒரு மாறுதலை வழங்குகிறது. நான் சிறுகதை எழுதுவதை மிகவும் ரசிக்கிறேன். ஒரு சிறிய யோசனை அல்லது கதையின் இறுதியில் கவனம் செலுத்தப்படுகிற, நுணுக்கமான சில விவரங்களிலிருந்து ஓர் அழகான சிறுகதையை உருவாக்க முடியும். கதாசிரியருக்குக் கிடைக்கும் கருப்பொருள் வரம்பற்றது. நமது வாழ்க்கையில், கலாசாரத்தில் கணக்கிலடங்கா மாறுபாடுகள் உள்ளன. ஒவ்வொரு தனிமனிதனும் மற்றொருவனிடமிருந்து வேறுபடுகிறான். பொருளாதார ரீதியாக மட்டுமே அல்ல, வாழ்க்கை குறித்த கண்ணோட்டம், பழக்கவழக்கங்கள், நடைமுறைகள் என நிறைய வேறுபாடுகள். ஒரு கதாபாத்திரத்தை எழுத எழுத்தாளர் சாளரத்திற்கு வெளியே பார்க்க வேண்டிய கட்டாயம் இல்லை. அவர் வீட்டுக்குள்ளேயே கவனித்தால் போதும்.

மனிதச் சுபாவங்களை வெளிப்படுத்த, புரிந்து கொள்ளச் சிறுகதை ஒரு மிகச்சிறந்த சாதனம். ஒரு சிறுகதை சிறியதாக இருக்க வேண்டும், ஆனால் அது புரிந்துகொள்ளப்பட வேண்டிய விஸ்தாரம் என்ன என்பதைக் கட்டுக்குள் கொண்டு வர முடியாது. வாசிப்பவரின் அனுபவத்தில் ஒரு வாசகர் என் சிறுகதைக்குள் தம் சிறுகதையை எழுதியபடி புரிந்து கொள்வார் என்பதை நான் உணர்கிறேன்.

பின்வரும் கதைகளில், பெரும்பாலும் மையக் கதாபாத்திரம் ஒருவித நெருக்கடியை எதிர்கொள்கிறது மற்றும் அதைத் தீர்க்கிறது அல்லது அதனுடன் வாழ்கிறது. சில கதைகள் ஒருவர் தன் வாழ்க்கையில் கடந்த முக்கியமான, குறிப்பிடத்தக்கத் தருணத்தைப் பார்வைக்குக் கொண்டு வருபவை. இந்தச் சிறுகதை தொகுதிக்குப் பூகோள அந்தஸ்தை வழங்குவதற்காக மலையன்குளம் என்று பெயரிட்டுள்ளேன். 'மலையன்குளம் எங்கே?'

'நம்ம தின்னவேலி டிஸ்ட்ரிக்டுல சங்கரங்கோவில் தாலுக்காவில அதாம்ப்பா குருவிக்குளம், வாகைக்குள மெல்லாம் இருக்குமே அதா' என்று என்னைக் கேட்டால் 'சேச்சே அதில்லை' என்று புன்சிரிப்புடன் கடந்து செல்ல மட்டுமே என்னால் முடியும்.

அட்டையிலும் முதல் பக்கத்திலும் காணும் வரைபடம் மலையன்குள கிராமத்தின் இருப்பிடத்தைக் குறிக்கிறது. தென்னிந்தியாவில் அன்றைய தஞ்சாவூர் ஜில்லாவின் ஒரு சிறிய கிராமம் என்று சொன்னால் அதைத் தமிழ்நாடு வரைபடத்தில் தேடாதீர்கள். காலகட்டம் அறுபதுகள் மற்றும் முன் எழுபதுகள் என்பது புரியும்.

'கதைகளில் ஆங்காங்கே வந்துபோகும் 'இவன்' ஒரே ஆசாமியா அல்லது வேறு வேறா?'

எப்படி இருந்தால் என்ன, அந்த 'இவன்' மூலம் கதை நகருகிறதல்லவா.

இந்தக் கதை மாந்தர்கள் மலையன்குளத்தில் மட்டுமில்லை, சென்னை, மும்பை, ஏன் நியூயார்க்கில் கூட இருக்கலாம். இவை உண்மைக் கதைகளா என்று கேட்டால் உண்மை கலந்த கற்பனைக்கதைகள் என்று சொல்லலாம். ஆனால் உண்மை எது கற்பனை எது என்பது எனக்கு மட்டுமே உண்டான பிரத்தியேக ரகசியம். மலையன்குளத்து மாந்தர்களின் கதைகள் இத்தொகுப்புடன் முடிந்துவிடவில்லை. இங்கே கடைசியாக எழுதப்பட்ட அல்லது இன்னும் எழுதப்படாத வார்த்தைகள் என் காதுகளில் ஒலித்துக் கொண்டேதான் இருக்கின்றன. வேறு பல மாந்தர்களும் அவர்களின் கதைகளும்கூட வரலாம்.

# மறந்ததே எந்தன் நெஞ்சமோ...

ஸ்டேஷனில் இறங்கியபோது அவனுக்கு ஒரு காபி சாப்பிடவேண்டும் போலத் தோன்றியது. எனவே ராயர் ஹோட்டலைத் தேடினான். ஸ்டேஷனுக்கு பின்புறம் புளியங்குளம் ரோடு தொடக்கத்தில் ராயர் ஹோட்டல் இருந்தது. பதினெட்டு வருடத்திற்கு மேல் ஆனாலும் அதன் முகப்பு மாறவே இல்லை. மஞ்சளில் பச்சை பெயிண்ட் அடித்திருந்தது. முன்பு கூட அதே நிறம் என்றுதான் நினைவு. வலது பக்கச்சுவற்றில் அன்றைய ஸ்பெஷல் போர்டில் எப்போதோ எழுதின பதார்த்தங்களின் லிஸ்ட் கூட அழிந்து காணப்பட்டது.

“அதெப்படி இன்றைய ஸ்பெஷல் மாறாம அப்படியே இருக்கும்?” என்று ஒரு முறை அப்பாவிடம் கேட்டபோது “பேசாம வா? இல்ல அப்படியே வீட்டுக்கு அடிச்சு தொரத்திடுவேன்” என்று திட்டினார். ஏதாவது சாப்பிடக் கேட்டுவிட்டால் வாங்கிக்கொடுக்க அவரிடம் காசு இல்லை. அதனால் திட்டி அவன் வாயை மூடி விட்டார்.

ராயர் ஹோட்டலின் உள்ளே சென்றான். கல்லாவில் யாரோ புதுமுகம். வெங்கட ராயர் இல்லை. இறந்திருக்கலாம். வாசலுக்கு அருகாமை டேபிளில் உட்கார்ந்தான். அழுக்கு வேஷ்டி கட்டிய சர்வரிடம் “சூடா ஒரு காபி” என்று சொல்லிவிட்டு சுற்று முற்றும் பார்த்தான். ஒன்றிரண்டு முகங்கள் அடையாளம் தெரியவில்லை.

சிலர் முதுகு காட்டியபடி சாப்பிட்டுக் கொண்டிருக்க, காபி வந்துவிட்டது. ஆறிப்போய் டம்ளரின் டிகாக்ஷன் சிந்தி டவராவில் வழிந்து பால் தனியாக அது தனியாகக் கறுப்பு வெளுப்பாகக் காட்சியளித்தது. அவசரமாகக் குடித்துவிட்டு வீட்டுக்குப் போகலாம் என்று யோசித்துக்கொண்டே கல்லாவில் பணம் கொடுக்கும்போதுதான் பார்த்தான், அந்த மூலை டேபிளில் உட்கார்ந்து சாப்பிடுவது நரசிம்மன் போலவே இருந்தது. பழைய நினைவுகள் இழுத்தன.

மலையன்குளம்!

மயிலாடுதுறைக்குக் கிழக்கே கழுகு மலை ரோட்டில் புளியங்குடிக்கு முன்பே தெற்குப்பக்கம் திரும்பினால் சில கிலோமீட்டர்களிலேயே தென்படும் அழகான கிராமம் மலையன்குளம். கிராமத்தை நினைத்தவுடன் மனக்கண்ணில் தெரிவது படாகலிங்கஸ்வாமி கோவிலும் வடலோடி ஆறும்தான். அதை ஓடை என்றும் சொல்லுவார்கள். வீரப்ப மிடில் ஸ்கூலில் படித்த, படிக்காத சாகச வருடங்கள். ஒன்பதாம் வகுப்பு வாத்தியார் இசக்கிமுத்துவை பின்பக்கமாகக் குட்டையில் தள்ளிவிட்டு ஓடின முத்துவேலனைக் காட்டி கொடுத்ததற்காக மூன்று நாட்களுக்கு முப்பிடாத்தி அம்மன் கோவிலைச் சுற்றிக் கொண்டு போன பயந்த தினங்கள்.

“எங்கலே போய்டுவான் அந்தப்பய, மாட்டுவான்ல அப்ப பாரு டிராயரை உருவி திரிவெச்சு கொளுத்திப் பிடறேன்.”

எர்ஸ்கின் தெரு முனையில், கூம்பாக இருக்கும் கட்டிடத்தின் முனை ஒடிந்து கருங்கற்கள் தெரியும் மெதோடிஸ்ட் சர்ச்சில் ஒரு ஞாயிற்றுக்கிழமை கேக் இலவசமாகத் தருகிறார்கள் என்று யாரோ சொல்ல, அந்த க்யூவில் நிற்கும்போது செவிட்டு சாமா பார்த்து வீட்டில் போட்டுக்கொடுத்துவிட, அப்பா துரத்தித் துரத்தி அடித்த அந்த ஞாயிறு.

அங்கு ரோசம்மாவின் பிள்ளைக்கு நடந்த கல்யாணத்தில் கிடைத்த சேப்பு பலூன் கொத்து.

கருணா அரவை மில்லில் அரிசி, மிளகாய்த்தூள் அரைக்கப் போகும்போது கூடவே சாமான் தூக்கி வரும்போது அம்மா வாங்கித்தரும் வெள்ளையாக சொர சொரவென்று நாக்கில் பரவும் க்ரீம் வைத்த பன் தரும் இனிமை.

“என்னலே நல்ல படிக்கியா? இல்லேன்னா நம்ம கடைக்குத்தான் பொட்டணம் கட்ட வரோணும் தெரியும்லா.”

மைக்கேல் பேக்கரி அந்தோணி கிண்டலாகவும் கண்டிப்பாகவும் சொல்லுவார். ஊரின் வட கோடியில் இருக்கும் பஞ்சாயத்து யூனியன் ஸ்கூலினுள் விடுமுறை நாளில் உள்ளே போக அனுமதிக்க மாட்டார்கள். அப்படியும் சுவரேறிக்குதித்து சல சல வென்று எப்போதும் காற்றடித்துக்கொண்டிருக்கும் அரச மரத்தின் அடிக்கிளையில் தாம்புக்கயிறு கட்டி ஆடின ஊஞ்சல். ஒரு முறை கயிறு அறுந்து விழுந்த காளியப்பன் செங்குத்தாக மண்டையில் அடிபட்டு பைத்தியமாகிப்போன சோகம்.

பேண்ட் வாத்தியமெல்லாம் வைத்து நடந்த தாசில்தார் தயாநிதி வீட்டு கிருஷ்ணக்கா கல்யாணம். மூன்று நாள் திருவிழாபோல் நடந்தது. ஊருக்கே சாப்பாடு அங்குதான். அவர் ஆளும் கட்சியில் செயலாளராக இருந்து சம்பாதித்தார் என்று அப்பா, பக்கத்துத் தெரு குருராஜ நாயக்கர், கோவில் சாமிநாத சாஸ்திரி எல்லோரும் பேசிக்கொள்வார்கள். ஆனால் அவரை நேரில் பார்த்தால் பம்மி அசட்டு சிரிப்புடன் நகருவார்கள்.

பஞ்சாயத்து போர்டு எலக்‌ஷனுக்கு வாக்கு கேட்க வரும்போது எல்லார் வீட்டுக்கும் வெங்கடேச ரமணா ஸ்டோர்ஸ் சாமி படம் போட்ட மஞ்சள் பையில் ஒரு கிலோ அரிசி, பருப்பு அப்புறம் மஞ்சப்பொடி கொடுத்துக்கொண்டே போவார்கள் சிஷ்ய கோடிகள். இன்றைய தேர்தல் ஃபார்முலாவுக்கெல்லாம் தாத்தன் இந்த மலையன்குளம் ஃபார்முலா.

நாராயண ஸ்வாமி கோவிலுக்கு தென் கிழக்குப்பக்கம் கள்ளுத்தென்னை தெரு. அதனுள் சின்னதாக ஒரு தெரு தமிழ் 'பா'னா மாதிரி திரும்பி ஒரு சிறிய வளைவில் முடியும். அந்தத்தெருவின் நடு வீட்டில் இருக்கும் கொஞ்சம் வயதான பெண்மணியை 'ஊர் மேஞ்சி தெய்வானை' என்பார்கள், ஊரில் யாரும், முக்கியமாக மற்ற பெண்கள் மதிக்க மாட்டார்கள். அவள் கோவிலுக்கு வரும்போது 'விலுக் விலுக்' கென்று கழுத்துக்கள் ஒடிக்கப்பட்டுத் திரும்பி, வாய்கள் கோணி அழகு காண்பிக்கும். அவள் கண்டுகொள்ளவே மாட்டாள். கனக்க கனக்க பட்டுப்புடவை கட்டிக்கொண்டு எட்டு முழம் மல்லிப்பூவைத் தலையில் வைத்து கையில் வெள்ளிக்கூடையோடு பூஜைக்கு வருவாள். பார்க்கும் ஒவ்வொருவரையும் சத்தமாக நலம் விசாரிப்பாள்.

"என்ன அன்னம்மாக்கா, வூட்ல தேவலையா? தொடையில சுளுக்குன்னு சொல்லிக்கினுருந்தாரே."

“மங்களாக்கா, உங்களுக்குப் பின் பக்கம் கட்டின்னாரே, நான் கூட மஞ்சள் அறச்சு தடவச் சொன்னேனே, இப்பம் சொஸ்தமாயிட்டடா?”

“என்ன சேர்வையாரே, வர்ரீரா இன்னிக்கு, ஒரு ஆட்டம் போடலாம், பதறாதீயும்! புதுச் சீட்டுக்கட்டு வாங்கி வெச்சிருக்கேன், அந்த ஆட்டத்தச் சொன்னேன்.” ஆண்கள் தெறித்து ஓட, பெண்கள் பழிப்பு காட்டுவார்கள்.

பதினோராம் வகுப்பின்போது ஊரில் தார் ரோடு போடப்போறாங்க என்று ஒரே பேச்சு. பெரிய ரோடு இஞ்சின், லாரியில் வந்த ஜல்லி, மண்ணு எல்லாம் தயாநிதி வீட்டு வாசலில் குவித்திருந்தார்கள். அந்த மூணு நாலு வாரம் இவன் கூட்டாளிகள் விளையாட்டு அங்குதான். கடைசியில் தயாநிதி வீட்டுத்தெரு திருப்பம் வரைக்கும் போட்டுவிட்டுப் போய் விட்டார்கள். தயாநிதியே அவர் தம்பி பேரில் காண்ட்ராக்ட் எடுத்து ரோடு போடுவதுபோல் பாவ்லா பண்ணி விட்டு காசை ஒதுக்கிக்கொண்டு விட்டார் என்று பேச்சும் இருந்தது.

அந்தப் பழைய நினைவுகளுடன் கடைசி டேபிளுக்குப்போய் நின்றான். தோசையில் மும்முரமாக இருந்த அவன் நிமிர்ந்து பார்க்க, இவன் “நீ.. நீங்க...” என்று இழுக்க, அதற்குள் அவன் “நீங்க... இவருதானே?” என்று கேட்டுவிட, இவன் சந்தோஷமாகத் தலை ஆட்டினான்.

“உக்காருங்க, எவ்வளவு நாளாச்சு? என்ன சாப்பிடறீங்க?”

“என்னைப் போய் நீங்க வாங்கன்னுட்டு.. நாமெல்லாம் ஒண்ணா அரச மரத்தங்கரையில பேய்ப்பந்து வெளையாடியிருக்கோம்ல” உட்கார்ந்திருந்தவன் சிரிப்பு போல ஒன்றைச்செய்து “ம்..ம்..” என்று ஆமோதிப்பாக முனகினான்.

“நான் இப்பதான் சாப்பிட்டு போற வழியில பார்த்தேன். தெரிஞ்ச முகம்மாயிட்டேன்னு, வந்தேன்.”

“பரவால்ல, இன்னொரு காபி சாப்பிடலாம். ந்தப்பா இங்கன இன்னொரு காபி.”

“நீ இன்னும் ஊர்லதான இருக்க?”

“நமக்கு வேறெங்க போக்கிடம். இப்ப எங்க தஞ்சாவூர்தானே? இப்ப ஏது வண்டி?”

“ஆமாம், ஆறு மணி வண்டில வந்தேன். அப்பறம், ஊரு எப்பிடி இருக்கு?”

“ஊருக்கென்ன, நெறய மாறிடிச்சி.”

“சொல்லு கேப்பம். எனக்கு ஒண்ணும் மறக்கல தெரியுமா? அப்படியே பச்சுன்னு நெனப்புல வெளங்குது.”

“தயாநிதி போய்ட்டாரு ரண்டாம் வருஷம்.”

“எம்.எல்.ஏ ஆய்ட்டாரு இல்ல?”

“இல்ல, நின்னாப்ல, ஆனா தோத்துட்டாரு. கிருஷ்ணக்கா புருஷன்தான் இப்பம் அவரோட எல்லா நிலபுலங்கள பாத்துக்கிடறாப்பல. அவரும் வட்டச் செயலாளராய்ட்டாரே!”

அவன் சொல்லிக்கொண்டே போனான். முப்பிடாத்தியம்மன் கோவிலுக்குப் பெரிய கோபுரம் கட்டிட்டாங்களாம். அமிர்தா காபி மூடியாச்சாம். காளியப்பன் கடைசி வரைக்கும் பைத்தியமாவே திரிஞ்சானாம். போன மாசம்தான் வடலோடி ஓடை பாலத்திலிருந்து விழுந்து பாடியே கிடைக்கலியாம். பஞ்சாயத்து யூனியன் ஸ்கூல தர்மதானபுரத்துக்கு மாத்திட்டாங்களாம். வசந்தா டீச்சரின் புருஷன் செத்துப்போய்ட்டானாம். அந்த ஊர் மேஞ்சி அலங்காரம் கிணற்றடியில் வழுக்கி விழுந்து இப்போ படுத்த படுக்கையாம். கவனிக்க ஒருத்தரும் இல்லியாம். சுவாமிநாத குருக்கள் தன் பையனோட மதுரைக்குப் போய்ட்டாராம். நெறய வீடுங்க இடிச்சி அடுக்கு மாடி குடியிருப்பாய்ட்டதாம். அக்ரஹாரத்துல முக்காவாசிப்பேர் துபாய்லேர்ந்து வந்த இஸ்லாமியருக்கு நெலத்த வித்துட்டு மெட்ராஸ் பக்கம் வந்துட்டாங்களாம்.

“அப்பா! அவ்ளோ மாறிட்டா. எனக்கு எதுவுமே மறக்கலை. எல்லாம் அப்படியே நெனப்புல நெறம்பி இருக்குப்பா. ஒன்ன பாத்ததுல ரொம்ப சந்தோஷம் நரசிம்மா! உன் தம்பி ஒர்த்தன் இருப்பானே, ராமசாமிதானே அவன் பேரு, எனக்கு மறக்கவேயில்ல, அவன் இப்போ எங்கே இருக்கான்?”

அவன் தோசையை முடித்து சாம்பாரை கிண்ணத்தோடு வாயில் கவிழ்த்த கொஞ்சம் நிதானமாக இவனைப் பார்த்தான். கிளாஸிலிருந்து தண்ணிரைக் குடித்தான். சின்ன ஏப்பம் விட்டு வேட்டி நுனியால் வாயைத் துடைத்துக் கொண்டு சொன்னான்.

“நாந்தான்ல ராமசாமி!. எங்கண்ணன் நரசிம்மன்தான் உன் க்ளாஸ்மெட்டு. இப்போ டெல்லில கவர்மெண்ட் ஆபீஸுல க்ளார்க்கா இருக்கான்.”

இவன் காபிக்கு நன்றி சொல்லிவிட்டு விடு விடுவென புறப்பட்டு ஸ்டேஷன் ரோடு திரும்பி மெதோடிஸ்ட் சர்ச் பக்கம் நடக்க ஆரம்பித்தான். மலையன்குளத்தில் மாலையான பின்னும் வழக்கம்போல வெக்கை, கழுத்தருகில் கசகசவென வேர்த்துவிட்டது.

“ஒண்ணும் மறக்கலியாம், கயவாளிப்பய” பில் கொடுத்தபடி ராமசாமி உரக்கச் சொன்னதைக் கேட்காத தூரம் போய்விட்டான் இவன்.

# மரமேற இயலாதபோது...

அந்தப் பாதை அப்படியேதான் இருந்தது. நீண்டு கொஞ்சம் மேடேறி. அப்புறம் வலது பக்கமாகத் சாகசத்துடன் சிறு வளைவு, மறுபடி நேர்க்கோடாய்ச் சென்று இப்போது கொஞ்சம் கோபத்துடன் இடது பக்கம் திரும்பி மறைந்தே விட்டிருந்தது. அப்போதும் அப்படித்தான். அதில் எதிர்பாராத கணத்தில் மூச்சிரைக்க சைக்கிளில் வரும் இசக்கிமுத்து வாத்தியார், சில இரவுகளில் மட்டுமே வரும் அந்த டப்பா வைத்த சைக்கிள் வண்டி, அதில் கண்ணைக் கூசும் பெட்ரோமாக்ஸ் விளக்குடன் ஒன்றிரண்டு ஈக்களும் மொய்க்கும் போளியும் சுஜி அப்பமும் கொண்டு வரும் சங்கு ராம், மத்தபடி எப்போதும் காலியாகவே இருக்கும் பாதை. ராத்திரியில் கூட ஈ வருமா என்று அப்போதெல்லாம் இவனுக்குச் சந்தேகம். ஆனால் யாரிடமும் கேட்டதில்லை.

இசக்கிமுத்து வாத்தியார் மட்டும் சிரிக்காத முகத்துடன் "என்னலே! வீட்டுக் கணக்கை முடிச்சியா" என்று கேட்டு விட்டு பதிலை எதிர்பார்க்காமல் மூச்சிரைக்க பெடல் பண்ணிக்கொண்டே போய்விடுவார். ஒவ்வொரு முறையும் இவன் விளையாடிக் கொண்டிருக்கும் பம்பரத்தையோ கோலியையோ நிறுத்தி விட்டு பதில் சொல்ல யோசிப்பது போல முகத்தை வைத்துக்கொள்வான். அதற்குள் இசக்கிமுத்துவின் சைக்கிள் நூறடிக்கு மேல் போய்விட்டிருக்கும். சங்கு ராம் இவன் வீட்டு வாசலில் மட்டும் அதிகம் நேரம் நின்று பெல் அடித்து விட்டுப் போவான். அந்தத் தெருவிலேயே தாத்தா மட்டும்தான் எப்பவாவது போளியோ அல்லது சுஜி அப்பமோ வாங்கி இவனுக்குத் தருவார்.

“எனக்கு வேணாம் சக்கரை இருக்கே” என்று சொல்லிவிட்டு இவன் கிண்ணத்தில் கொட்டின பேப்பரை ஒரு வாகாய் உருட்டி மிச்சமிருக்கும் போளித் துண்டுகளை வாயில் கவிழ்த்துக் கொள்வார்.

வீடு மட்டும் அப்படியேதான் இருந்தது. வாசலில் அந்த போகன்வில்லா இன்னும் பழுப்பேறி கொம்புகள் உருண்டு திரண்டு இலைகள் மேலேறி அடர்த்தி குறைந்து நோஞ்சானாய் போயிருந்தது. காம்பௌண்டு சுவற்றில் இன்னும் அந்த ஸ்டம்ப் கீறின செங்கல் கோடுகள். கொஞ்சம் மங்கிப்போய்விட்டிருக்க, அந்தப்பக்க ஓரத்தில் கல் பெயர்ந்து அப்படியே குறைபாட்டுடன் தங்கிவிட்டது. வாசல் கேட் அதே சிகப்பு. வீடு இன்னும் பழையதாகி இருந்தது. வலது பக்கத் தோட்டத்தில் அந்த மாமரம் இன்னும் பெரிதாகி, ஸ்திரமாகி இருந்தது.

எங்க அப்பா நட்ட மரம் என்று தாத்தா சொல்லுவார். மாடிக்கு வெகு அருகில் செல்லும் அந்தக்கிளை அப்படியே, ஆனால் இன்னும் தடித்திருந்தது. கிளை மரத்தில் சேரும் இடத்தில் அந்த பொந்த...

இவன் மெதுவாக வீட்டு வாசலில் போய் நின்றான். நடமாட்டம் தெரியவில்லை. உள்ளே போகலாமா வேண்டாமா என்று தயங்கினான். இப்போது சட்டென்று ஜன்னலில் சலனம். கர்ட்டன் விலகி ஓர் அழகிய சின்னப்பெண்ணின் முகம் தெரிந்தது. அவள் முகத்தில் கேள்விக்குறி, பிறகு ஓர் ஆச்சரியம். சில வினாடிகளில் வாசல் திறக்கப்பட்டு வெளியே கேட்டருகில் வந்தாள்.

“என்ன வேணும்? யாரு?”

பன்னிரண்டு வயதிருக்கலாம். தலை வாரப்படாமல் சற்றே அலட்சியமான ஸ்திதி. பொட்டில்லை. கழுத்தில் மெல்லிய செயின். ‘எனக்கு மூளை இருக்கிறது. உங்களுக்கு?’ என்று ஆங்கிலத்தில் கேட்ட டீ ஷர்ட். முழங்கால் வரை இருந்த டைட் லெக்கின். லட்சணமாக இருந்தாள்.

“யாருன்னு கேட்டேனே, யார் வேணும்?”

“இல்லை சும்மா.”

“என்னது?”

“நான் இந்த வீட்டுல குடியிருந்தேன். இந்த ஊருக்கு வந்ததுனால பாத்துட்டு போலாம்னு வந்தேன்.”

இப்போது அவள் முகத்தில் தெளிவு. புன்னகை கூட "இந்த வீட்டுலயா..எப்போ?"

"அதாச்சு, நெறய வருஷத்துக்கு முன்ன."

"ஸ்கூலும் போதா?"

"மாயரம் காலேஜ் போகும்போதுகூட இங்கதான் இருந்தேன்."

"ஓ நாங்க நாலு வருஷம் முன்னாலதான் வந்தோம்."

தயங்கி நின்றான். "வீட்டுல அப்பா அம்மா இல்லியா?"

"இல்ல செம்பனார்கோவில் போயிருக்காங்க. ஒரு கல்யாணம்."

"ஓ அப்படியா, சரி நா கிளம்பறேன்."

அவன் தயக்கத்தைப் பார்த்துவிட்டு அவள் கொஞ்சம் தைரியமாகப் பேசினாள். "உள்ள வந்து பாக்கறீங்களா?"

"இல்ல வாணாம். சும்மா தோட்டத்த மட்டும்.."

"வாங்க."

சிகப்பு கேட்டைத் திறந்து விட்டாள். மெதுவாக நடந்து மாமரத்தை அடைந்தான். அவளும் பின்னால் வந்தாள்.

"இங்க தாத்தாவோட இருந்தேன். தாத்தா ரிடயர்ட் ஆர்மி."

"எங்க அப்பா கவர்மெண்ட்டுதான். வெறும் தாசில்தார்தான்."

"அதென்ன வெறும் தாசில்தார்?"

"இதுக்குள்ள ஆர்.டி.ஓ ஆகியிருக்கணும். ஆனால் ஆகலை."

"தாசில்தாரும் பெரிய பதவிதானே."

அவள் சுவாரஸயப்படவில்லை.

"இங்கெல்லாம் விளையாடிருக்கீங்களா?"

"நெறய! இந்த மாமரத்துக்கடியிலதான். சரி, போளி, சுஜி அப்பம் இப்பல்லாம் வருதோ?"

"ஓ! சங்கு ராம்னு ஒரு தாத்தா வருவாரு."

'சங்கு ராம் தாத்தாவா?'

"இந்த மரத்து மேலதான் பாதி நேரம் இருப்பேன். மாடி வழியா அதோ அந்தக்கிளை மேல வந்து, அங்க பாரு, அந்த சீட்டு மாதிரி தண்டு, அங்கதான் உக்காந்துப்பேன்."

“ஓ! என்னால மரத்துல ஏறமுடியாது. நா மரத்தடியிலதான் வெளையாடுவேன்.”

“மரத்தடியில கோடு போட்டு கில்லி தாண்டு ஆடுவோம். அப்புறம் கோலி.”

“நா பாண்டி கோகோதான்.”

“அந்தப் பொந்து அப்படியே இருக்கு.”

“எது அந்த மரத்து மேல ஓட்டையா இருக்கே அதுவா?”

“ஆமாம். அதுலதான் என்னோட வெளையாட்டுச் சாமானெல்லாம் ரகசியமா வெச்சுப்பேன்.”

“வெளையாட்டுச் சாமானா?”

“ஆமாம் கோலி, பம்பரம் அப்புறம் ஸ்கூல்ல திருடற பென்சில்..”

“அய்யயோ! பென்சில்லாம் திருடுவீங்களா?”

சிரித்தான்.

“இன்னும் அதெல்லாம் அங்கயேதான் இருக்குமா?”

“இருக்கணும். உனக்கு முன்னால இந்த வீட்டுல இருந்த பசங்க யாரானும் எடுத்திருக்கலாமே.”

“இப்ப ஏறிப்பாக்கப் போறீங்களா?”

“இல்ல என்னால இப்ப ஏறவே முடியாது.”

“நா வேணா ஏறிப்பாக்கட்டுமா?”

“உன்னால ஏற முடியாதுன்னியே.”

“கொஞ்சம் டிரை பண்ணினா ஏறிடுவேன். இருங்க.”

படபடவென உள்ளே ஓடினாள். சில நிமிஷங்களில் மாடிக்கு வந்து மெதுவாகத் தவ்வி கிளையைப் பற்றிக்கொண்டு நகர்ந்து நகர்ந்து கிளை மேல் தவழ்ந்து பொந்துக்கு அருகில் வந்து விட்டாள்.

“ஜாக்கிரதை! பூச்சி கீச்சி இருக்கப்போறது.”

கிறீச்சிட்டாள் “இருக்கு இருக்கு.”

இப்போது அவள் கையில் குழப்பமாகச் சில பொருட்கள். இன்னும் துழாவினாள். “இருங்க எடுத்துண்டு வரேன்.”

அவன் கழுத்து வலிக்க ஆவலோடு பார்த்தான். மெதுவாக மீண்டு தவழ்ந்து கிளை மேல் நகர்ந்து மாடிக்குள் குதித்து கீழே வந்து விட்டாள். கையில் இருந்த பொருட்களை அவன் கைகளில் போட்டாள்.

கறுப்படைந்திருந்த கோலிக் குண்டுகள், அந்தச் சிகப்பு டாணா கோலி, ஆணி உடைந்த தலையாறி அடி வாங்கியிருந்த பம்பரம், நைந்து போன கறுப்பு ஜாட்டி, அப்புறம் அந்தக் கவர். வெளியில் டிசைன் கோடுகள் ஜரிகையில் போட்டு ஓர் ஆணும் பெண்ணும் நிற்கும் கல்யாண கோலம் கார்ட்டூனில் போட்டிருந்த கவர்.

'இந்தக் கவர் இங்கேயா இருக்கு?'

"சரி, நான் கிளம்பட்டுமா? நாழியாகிடுச்சே."

"இந்தாங்க உங்க பொருளெல்லாம் எடுத்துக்குங்க."

"வாண்டாம் எல்லாத்தையும் நீயே வெச்சுக்கொ. எனக்கு இந்தக் கவர் மட்டும் போறும்."

அவள் தனக்குக் கிடைத்த திடீர் புதையலில் ஆழ்ந்திருக்க, இவன் நகர்ந்தான்.

"ரொம்ப தாங்க்ஸ் உனக்குத்தான்."

இவன் குரல் தழுதழுத்ததோ?

அவள் தலையாட்டிவிட்டு உள்ளே போனாள். இவன் அந்த வளைந்த பாதையில் நடந்து போய் இசக்கிமுத்து சார் சைக்கிள் வரும் மேட்டில் இறங்கினவுடன் சற்று நின்று கவரைப் பிரித்தான். இத்தனை வருஷப் பொந்து வாசத்தில் கூட கவரில் மணப்பெண்ணின் பெயர் அழியாமல் இருந்தது. இப்போது மெல்லியதாகத் தொடங்கிய தூறல் வலுப்பெற்று மழை பெய்ய ஆரம்பித்தது.

# அந்த ஃபோட்டோவில்...

அது இருக்கும் நாப்பது வருஷத்துக்கு முன்னாடி. நாராயணசாமி கோவில் அக்ரகாரத்தில் இந்த வீட்டில்தான் அம்மிணிப்பாட்டி இருந்தாள் வெங்கடேச ரமணா ஸ்டோர்ஸைத் தாண்டி நேராக வடகிழக்குப் பக்கம் நடந்தால் சற்றுத் தூரத்தில் நாராயண சுவாமி கோவில் வரும். கோவில் என்றால் ஒன்றும் பெரிய சோழர் காலக் கற்றளியெல்லாம் இல்லை. யாரோ ஒரு விஜயநகரத் தளபதிக்கு குழந்தைப் பாக்கியம் இல்லாமல் பிறந்தால் கோவில் கட்டிக் கொடுக்கிறேன் என்று வேண்டிக்கொண்டானாம். அடுத்து ஒரே வருடத்தில் பெண் குழந்தை பிறந்துவிட, சொற்பக் காசில் நாரயண சுவாமிக்கும் மகாலட்சுமிக்கும் கோவில் கட்டிக் கொடுத்துவிட்டான். அதற்குக் கைங்கரியம் செய்யச் சில பிராமணக் குடும்பங்கள் வந்து தலைமுறையாய் அங்கேயே வாழ்ந்து வந்தார்கள். சுதந்திரம் கிடைத்த சேதியே ஒரு வாரம் கழித்துத்தான் தெரிய வந்துதாம்.

‘அந்தக்கால ராஜாக்கள் மாதிரி இந்திய சர்க்கார் நம்ம கோவிலுக்கு ஏதாவது நிவந்தம் விடுவானான்னு டெல்லியில நேருவுக்கு எழுதிக்கேளுடா’ என்று கோவிந்தராஜ பட்டாச்சாரியார் சொல்லுவாராம். அந்த அக்ரகாரத்திலேயே கோவிலுக்குக் கொஞ்சப் பக்கத்திலேயே பெரிய வீடு. ஊரில் பாட்ராச்சாரி வீடு என்பார்கள். அப்பவே சொத்தெல்லாம் காலியான பெருங்காய டப்பாவாகிவிட்டது. ஆனால் வீடு மட்டும் இருந்தது. இரண்டு பிள்ளைகள், அவரது குடும்பங்கள் மற்றும் பாட்டி. இவனுக்கு நேரடிப் பாட்டி கூட இல்லை. இவன் அம்மாவின் பெரியம்மாதான். ஆனால் ரொம்ப ஆசையான பாட்டி. லீவுக்குப் போனால் வித விதமான பட்சணங்கள் தருவாள்.

மிளகா, புளியெல்லாம் போட்டு ஒரு மாதிரி துகையல் மாதிரி உருட்டி உருட்டி தயிருஞ்சாதத்தோடு மத்தியானம் கையில் வைத்து சாப்பிடக்கொடுப்பாள்.

“ரெண்டாந்தரம் சாப்டாதான் உடம்புக்கு நல்லது! ம், சாப்பிடு.”

மத்தியானங்களில்தான் இவனுக்கு பாட்டியோடு பேசும் சந்தர்ப்பங்கள் வாய்க்கும். அகலவாட்டு மித்தத்தின் இடது பக்கம் தூணின் மீது சாய்ந்து கொண்டு பெரிய முறத்தில் எதையோ வைத்துக்கொண்டு புடைத்துக் கொண்டிருப்பாள். சில நாட்களில் கொத்துக் கொத்தாய் கருவேப்பிலை ஆய்வாள். இன்னும் சில நாட்களில் சின்னச் சின்ன நெல்லிக்காய்கள் கொட்டி வைத்திருக்கும். பொறுமையாக ஒவ்வொன்றாய் எடுத்து நறுக்கி, கொட்டை விலக்கி என் சைஸுக்கு இருக்கும் ஜாடியில் போட்டு வைப்பாள். சாப்பிட்ட கையோடு கொஞ்ச நாழி பாட்டியோடு பேசுவான். சுவாரஸ்யமாக ஏதேனும் சொல்லுவாள். இவனும் விடாமல் கேள்வி கேட்டுக்கொண்டிருப்பான். இந்தச் சுவாரஸ்யம் குறைய ஆரம்பிக்கும்போது பாட்டி எழுந்துவிடுவாள்.

“போடா! தூரம்னாள் மாதிரி என்னோட என்ன பேச்சு! போ, மாடில ஊஞ்சல் ஆடேன்.” விரட்டிவிடுவாள்.

அன்று அப்படித்தான் விரட்டி விட, மாடிக்குப் போனான். தாத்தாவின் பழைய அலமாரி இவனுக்கு எப்பவுமே ஆதர்சம். ஆதர்சம் என்றால் அலமாரியில்லை. அதில் இருக்கும் புத்தகங்கள். விநோத ரஸ மஞ்சரி கூட இருக்கும். பழைய கலைமகள், கலைக்கதிர், மஞ்சரியெல்லாம் பைண்டு செய்து வைத்திருக்கும். ஒன்றிரண்டு ஆனந்த விகடன் தீபாவளி மலர், கு.பா.ராவின் கதை, அப்புறம் ஒரு சிகப்பு கலரில் காலிகோ பைண்டிங் செய்யப்பட்ட அட்லாஸ், ஆக்ஸ்போர்ட் டிக்ஷனரி, அதில் முதல் சில பக்கங்கள் கிழிந்து ‘D’ எழுத்திலிருந்துதான் ஆரம்பிக்கும்.

ஒரு கலைமகள் பைண்டிங் பார்த்ததும் உருவினான். புரட்டிக்கொண்டே வரும்போது பொத்தென்று காலில் ஏதோ விழுந்தது.

“தாத்தா அலமாரியில் புஸ்தகம் எடுக்கும்போது ஜாக்கிரதையா எடு, பூச்சி பொட்டு இருக்கும். பாத்து, தேள் கூட இருக்கும்.” பயந்து போய் நகர்ந்தான்.

விழுந்தது ஒரு பழைய ஃபோட்டோ. குப்புற விழுந்திருந்தது. எடுத்துப் பார்த்தேன். அந்தக்கால கறுப்பு வெள்ளை

ஃபோட்டொ. பின்னால் ஏதோ மரம். ஒட்டினபடி சுவர். அதற்கு முன் ஒரு சின்னப்பெண் நின்றபடி இருந்தாள். தெரிஞ்ச சாயல், ரெட்டைப்பின்னல், தொளதொளவென பாவாடை, கையில் பஃப் வைத்த சட்டை. சிரிப்போ சிரிப்பு, வாய்கொள்ளாமல்.

ஃபோட்டோ நன்றாகவே எடுக்கப்பட்டிருக்க வேண்டும். ஆனால் பழைய புரோமைட் டெக்னாலஜியினால் மங்கிப்போயிருந்தது. மேல் பக்கம் ஒரு விதச் சோகையில் அந்த பாசிடிவ் பிரிண்ட் நைந்தும் ஓரங்களில் அரித்தும் காணப்பட்டது. உற்றுப் பார்த்தான். சுவரோரமாக அந்தப் பெண் நின்று கொண்டிருந்தாள். பின்னால் அந்தச் சுவற்றின் மேல் புறத்தில், பெண்ணின் தோள் பட்டைக்கு வலது பக்கத்தில் இரண்டு கைகள் தெரிந்தன. சுவற்றுக்கு அந்தப் பக்கம் நின்றபடி, ஒளிந்துகொண்டு, ஆனால் சுவரில் ஏற முற்படுவது போன்ற பிடியுடன். இல்லை, அவசர அவசரமாகக் குதித்த மிச்சத்தில் இன்னும் கைகள் பற்றியிருந்ததோ?

கைகளை மட்டும் வைத்துக்கொண்டு பின்புறம் உள்ள ஆசாமியின் உருவத்தையோ இல்லை வேறு குணாதிசயங்களையோ நிர்ணயிக்க முடியவில்லை. அது சரி, யார் இந்தப் பெண்?

எடுத்துக் கொண்டு கீழே ஓடினான். பாட்டி இப்போது உட்கார்ந்து கொண்டு மாகாளியில் தோல் உரித்துக்கொண்டிருந்தாள். இந்தப் பக்கம் பெரிய இரண்டு பக்கெட்டில் தண்ணீருக்குள் மாகாளிக் கிழங்குகள். இந்தப் பக்கம் உரித்த மாகாளிகளை ஒரு மாபெரும் உருளியில் போட்டுக்கொண்டிருந்தாள். அருகில் போய் உட்கார்ந்தான்.

“பாட்டி, இதப்பாரு.”

“என்னடா இது?”

“ஃபோட்டொ கெடச்சுது, யாரு இது? நம்ம வீட்டுலயா?”

“எங்க காமி, பாக்கலாம்.”

பார்த்தபோது ஒரு சின்ன அதிர்ச்சியோ?

“இதெங்கடா எடுத்தே?”

“ஏதோ ஒரு புஸ்தகத்துக்கு நடுவுல இருந்திருக்கு பாட்டி. ரொம்ப முக்கியமானதா?”

“அதெல்லாம் ஒண்ணுமில்ல.”

கொஞ்சம் அவசரமாகச் சொன்ன மாதிரி பட்டது. அதையே பார்த்துக் கொண்டிருந்தாள். உற்றுப் பார்த்தாள். பெருமூச்சு.

“யாரு பாட்டி அது?”

“தெரியலடா, நம்ம உறவுக்காரா யாரானு இருக்கும். தாத்தாதான் வரவா போறவா எல்லாரையும் ஃபோட்டொ எடுப்பாளே.”

“இல்ல பாட்டி, முகம் ரொம்ப தெரிஞ்சா மாதிரி இருக்கு.”

“ஆமாண்டா நீ ரொம்ப கெழவன்! தெரியும் ஒனக்கு.”

பாட்டி முகத்தில் இதுவரை காணாத ஒரு வெட்கமா, இல்லை, கூச்சமா?

“பாட்டி, நெஜத்த சொல்லு, இது நீதானே?”

“சே சே நானா? என்னை யாரு ஃபோட்டொ எடுத்தா? எம்மூஞ்சிக்கு ஃபோட்டொ வேற கேட்கறதா?”

“இல்ல இல்ல, பாட்டி இது நீதான், இப்ப தெரியறது. இதப்பார், கண்ணு மூக்கு அப்படியே இருக்கு.”

பாட்டி பேசவில்லை. ஃபோட்டோவை என்னிடம் கொடுத்து விட்டு மறுபடி மாகாளி எடுத்து உரிக்க ஆரம்பித்தாள். கண்கள் வெறிக்க வேறெங்கோ பார்த்தன.

பாட்டிக்கு அருகில் போய் நின்றான். “இங்க பாரு பாட்டி, ரெண்டு கை தெரியறது பாரு, இது யாரோட கை?”

“போடா போய் வெளையாடு. அதான் தெரியலைங்கறேனோ? சும்மா சும்மா வேல செய்யவிடாம தொந்தரவு பண்ணிண்டு. போடா.”

எப்பவும் இல்லாத ஆக்ரோஷமாக ஒலித்தது அவள் குரல். சட்டென்று நகர்ந்தான். அதற்குள் ஃபோட்டொ வைத்திருந்த அவன் கையில் ஒரு துளி தண்ணீர் சொட்டு தெறித்தது. வெந்நீர் மாதிரி சூடாக இருந்தது. ஓடிப்போய்விட்டான். அவன் அடுத்த லீவுக்கு வருவதற்குள் பாட்டி செத்துப் போய்விட்டாள்.

# புகை மூட்டம்

“வா ராகவா! ஜர்னி நல்லா இருந்ததா?”

“ஓயெஸ்! பாவம் உன்னைத்தான் ஸ்டேஷன்ல ஒரு மணி நேரம் காக்க வெச்சுட்டேன்.”

“நானே கேட்கணும்னு நெனச்சேன், டிரெயின் வந்து போய் அரை மணிக்கப்புறம்தானே நீ வெளில வந்தே. எனக்கு சந்தேகம் வந்துடுத்து, நீ ஒரு வேளை வரலியோன்னு.”

“நாந்தான் கொஞ்சம் ஸ்டேஷன்ல அப்படியே உக்காந்துட்டேன்.”

“ஏன் என்ன ஆச்சு! உடம்பு கிடம்பு சரியாயில்லியா?”

“அதெல்லாம் ஒண்ணுமில்ல, எனக்குத்தான் பழைய நினைவு, நோஸ்டால்ஜிக்.”

“அதென்ன எனக்குத் தெரியாத உன்னோட கடந்த காலம். சொல்லுப்பா.”

“சரி, இந்தா காபி சாப்பிடு. இங்க ராயர் ஹோட்டல் ஒண்ணுதான். நீ அட்ஜஸ்ட் பண்ணிக்கணும்.”

“அது ஒண்ணும் பிராப்ளம் இல்லைடா. நா இதே ராயர் ஹோட்டல்ல பல தடவை காபி சாப்பிட்டிருக்கேன்.”

“இது எப்போடா? எங்க ஊருக்கு அதுவும் இந்த குக்கிராம மலையன்குளத்துக்கு நீ ஏற்கனவே வந்திருக்கியா?”

"பல தடவை வந்திருக்கேன். ஆனா ஸ்டேஷனோட சரி."

"டேய்! ராகவா! புரியும்படிதான் சொல்லேன்?"

"கும்மோணத்துல டிகிரி முடிச்சவுடனே எனக்கு மன்னம்பந்தல் காலேஜுலதான் முதல் வேல. கெமிஸ்டிரி லாபுல அஸிஸ்டண்ட். அங்க ஹாஸ்டல்ல தங்கினேன். வாராவாரம் வெள்ளிக்கிழமை சாயங்காலம் மாயவரத்துக்கு வரும் பாசஞ்சர் ஒண்ணு அஞ்சரைக்கெல்லாம் புறப்படும். அதுல ஏறிட்டேன்னா ஒரு மணி நேரத்துல மாயவரத்துக்குப் போய்டும். எவ்வளவோ டிரெயின் இருந்தாலும் எனக்கென்னவோ இந்த பாசஞ்சர்தான் மனசுக்கு பிடிச்ச வண்டி."

"இத 1987ல ஒட்டுக்கா நிறுத்திட்டாங்க. ஆமா ராகவா, அதுல அப்படி என்ன?"

"என்னமோ தெரியலடா. அந்த சந்தியாவேளையில சில்லுனு காத்து, ஒவ்வொரு ஊரும் அடங்கற நேரம். சூரியன் இன்னும் முழுசா மறைஞ்சிருக்காது. அவசரமே இல்லாத நிலமையில ஊர்கள் ஒரு வித மெத்தனமா இருக்கும் அழகே தனி. ஜன்னல் சீட்ல உக்காந்துண்டு இதையெல்லாம் பாத்து ரசிச்சிண்டு போவேன். பாசஞ்சர் வேறயா நின்னு நிதானமா ஒவ்வொரு ஸ்டேஷன்லயும் ரெண்டு நிமிஷம் நிறுத்தி ஆர அமரப் போகும். எனக்கென்னமோ அன்னிக்கு காலேஜுல வேல செஞ்ச களைப்பே இல்லாம படு சுறுசுறுப்பா இருக்கும் நேரம் அது."

"சரி அதுக்கும் எங்க ஊர் ஸ்டெஷனுக்கும் என்ன சம்மந்தம்?"

"சொல்றேன். காலேஜுல சேர்ந்த ரெண்டாம் மாசம்னு நினைவு. இந்த மாதிரி வேடிக்கை பார்த்துண்டு கொஞ்ச பேர் கூட்டம் இறங்குவாங்க. ஆனா எல்லாரும் வீட்டுக்குப் போற அவசரத்துல இறங்கி ஓடுவாங்க. போறாததுக்கு ஜட்கா வண்டிக்காரங்க வேற கம்பார்ட்மெண்ட் கம்பார்ட்மெண்ட்டா எட்டிப் பார்த்து ஜட்கா ஜட்கான்னு கூவி சவாரி கேப்பானுங்க. சில நிமிஷங்கள்ளயே காலியாகிடும். ஆனாலும் டிரெயின் கிளம்பாது. ஏதோ எக்ஸ்பிரஸ்சுக்கெல்லாம் முன்னுரிமை கொடுத்து இத உங்கூர்ல பத்துப் பதினஞ்சு நிமிஷம் போட்டுடுவாங்க."

"அதென்னவோ சரிதான், கேட்ட மூடி வெச்சு மணிக்கணக்குல கழுத்தறுப்பானுங்க."

“நானும் அனாதையான ஸ்டேஷன் பிளாட்பாரத்தை ரசிச்சிண்டு இருப்பேன்.”

“காலி பிளாட்பாரத்துல என்னடா ரசிப்பு?”

“உனக்குத் தெரியாதுடா, காலி பிளாட்பாரம் ஒரு தனி கவிதை. கொஞ்சம் முன்னாடி வரைக்கும் சுறுசுறுப்பா இருந்துட்டு திடீர்னு ஒரு கணத்துல காலியாகிடும். அங்க நடமாடின மனுஷங்களுடைய சுகதுக்கமெல்லாம் அப்படியே காத்துல தொங்கும். நாம அப்படியே அதத்தொட்டு உணர முடியும். சிரிப்பு, அழுகை, பிரிவு, சண்டை, துக்கம் எல்லாம் அங்கயே காத்துல ஒரு சஸ்பென்ஷன்ல இருக்கறா மாதிரி படும் எனக்கு.”

“சரி சரி நீதான் எழுத்தாளனாச்சே. சஸ்பென்ஸ சொல்லுடா எனக்கு தாங்கல.”

“அன்னிக்கும் அதுமாதிரி காலியான ஸ்டேஷன் பிளாட்பாரத்தைப் பாத்து ரசிச்சிண்டு இருந்தேன். அப்பதான் அவளை பாத்தேன்.”

“அதச்சொல்லு, பெண் பிள்ளை இல்லாம என்ன பழைய நினைவு வேண்டியிருக்கு.”

“இர்றா கேளு முழுசா, அவ கூடையில பூ வெச்சு வித்துண்டு இருந்தா. நா பாத்துண்டே இருந்தேன். நல்ல களையான முகம். நெத்தியில பெரிய பொட்டு. கொண்டையா முடிஞ்ச முடி. கணுக்காலுக்கு மேல தூக்கிக்கட்டின புடவை. அந்த சாயங்காலம் குளிச்சு லட்சணமா இருந்தா. ஒவ்வொரு ஜன்னலா வந்து சன்னமான குரல்ல பூ பூன்னுட்டு நகருவா. நாள் முழுக்க வேல செஞ்சு அலுப்புல வீடு போறவங்க அப்ப யாரு பூ வாங்குவாங்கன்னு தோணும். சில நிமிஷங்கள்ல நகர்ந்துடுவா. எனக்குத்தான் அவ முகம் பளிச்சுனு மனசுல பதிஞ்சு போச்சு.”

“அட அவ்வளவுதானா?”

“இரு, அப்புறம் ஒவ்வொரு வாரமும் வெள்ளிக்கிழம உங்க ஊர் ஸ்டேஷன் பிளாட்பாரத்துல அவள பார்ப்பேன். ஒரே ருட்டீன்தான். சில நிமிஷங்கள், மெல்லிசான குரல்ல பூ, மெதுவா நடந்து அரை வெளிச்ச பிளாட்பாரத்துல அமிழ்ந்து போய்டுவா.”

“நீ அப்படியே ரொமாண்டிக்கா பூ வாங்கியிருப்பியே?”

“சே சே! நா பூ வாங்கினதே இல்ல, ஒரு தரம் தவிர.”

“அதச்சொல்லு. அதுலதான மாட்டர் இருக்கு.”

“சம்மர் லீவு வந்த வாரம் அடுத்த ஒரு மாசம் லீவு. ரொம்ப ஆவலா உங்க ஸ்டேஷன்ல அவளுக்காக காத்துண்டு இருந்தேன்.”

“வரலியா?”

“வந்தா, அன்னிக்கி என்னமோ என் ஜன்னல் கிட்ட கொஞ்ச நாழி நின்னா. எனக்குமே ஏதோ தோணித்து. லேசா சிரிச்சேன். அவளும் சிரிச்சா. பூ வாங்கிக்கிங்களேன்னு சொன்னா. மெல்லிசான பூனைக்குரல். நானும் சட்டுனு பத்து ரூபாய் கொடுத்து எல்லாப் பூவையும் வாங்கிட்டேன். எனக்கு பேசணும்னு ஆசை. ஆனா தைரியம் வரல. அவளும் காசு வாங்கினப்புறமும் அப்படியே கொஞ்ச நேரம் நின்னுட்டுத்தான் போனாள். ஏதாவது சொல்ல விரும்பினாளோன்னு கூட எனக்குப்பட்டுது.”

“அதுக்கு அடுத்த வாரம் என்னாச்சு? பாத்தியா? பேசினயா?”

“இல்லியே, ஒரு மாசம் காலேஜு லீவு. ஜுலை மாசம் திறந்தப்புறம் முதல் வெள்ளிக்கிழமை மலையன்குளம் ஸ்டேஷன் வரும்போது எனக்கு அவ்வளவு படபடப்பு. ஆனா அவ வரலைடா.”

“ஓ!”

“அன்னிக்கு மட்டுமில்லை. அதுக்கு அப்புறம் பல மாசம் இந்த ஊர் ஸ்டேஷன்ல அவளைப் பார்க்கவே இல்லை.”

“அதோட விட்டுட்டியா?”

“ரெண்டு மாசம் பொறுத்துப் பார்த்துட்டு ஒரு வெள்ளிக்கிழமை இங்க இறங்கிட்டேன். பிளாட்பாரத்துல நடையா நடந்து பார்த்தேன். அவ இல்லை. அங்க இருந்த டீ கடை ஆள் கிட்ட விசாரிச்சும் பார்த்தேன். அவனுக்கு அந்த மாதிரி ஒரு பொண்ணைப் பத்தின நினைவே இல்லை.”

“அப்புறம்?”

“அப்புறமென்ன? அடுத்த வருஷம் எனக்கு சென்னையில லெக்சரர் வேலை கிடைச்சுது. நாம் அப்பதானே சென்னையில மீட் பண்ணினோம். அப்புறம்தான் உனக்குத் தெரியுமே.”

“என்னடா இது? அந்தப்பொண்ண மறந்துட்டியா, என்ன ஆயிருக்கும் அவளுக்குன்னு கண்டுபிடிக்கத் தோணவே இல்லியா ஒனக்கு?”

“இல்லைடா, அவளுக்கு கல்யாணம் ஆகியிருக்கலாம். இல்ல ஏதானும் விபத்து ஏற்பட்டிருக்கலாம். இல்ல அவளோட வயசான தாய்மாமனுக்கு ரெண்டாம் தாரமா போயிருக்கலாம். எத்தனையோ சாத்தியங்கள் இருக்கே.”

“எல்லாம் உன்னோட ஊகங்கள்தானே, நெஜம் எதுன்னு தெரிஞ்சுக்காம இருந்துட்டியே. நெறைய வருஷம் ஆய்டுத்து. ஆனாலும் ஒண்ணு ரெண்டு வயசான ஆசாமிங்க எங்க ஊர்ல இருப்பாங்க. நா வேணா விஜாரிச்சுப் பார்க்கட்டுமா?”

“கூடவே கூடாது. அவளோட இன்னித்து நிலமைய நாம ஏன் தெரிஞ்சுக்கணும்? சொல்லு, இப்ப அது தெரியாமயே எனக்குள்ள ஒரு ரகசிய சந்தோஷமும் பிரத்தியேக வலியும் இருக்கே அது போயிருக்குமே. சில அனுபவங்கள்லாம் முடியவே கூடாதுடா. அப்படியே உறைஞ்சுடணும். மனசுக்குள்ள அந்த அனுபவம் ஒரு பாதியில நின்ன தொடர்கதை மாதிரி சின்ன ஏமாற்றத்தோடவே இருக்கணும். வாழ்க்கையில எல்லாக் கேள்விகளுக்கும் விடை கெடச்சுடக்கூடாதுடா. சுவாரஸ்யம் குறைஞ்சு போய்டும்.”

“என்னமோ ராகவா, உன் போக்கு எனக்கு புரிபடல. சரி வா வீட்டுக்கு போவோம். ரெண்டு நாள் சென்னை பரபரப்புலேர்ந்து விலகி எங்க ஊரை எஞ்சாய் பண்ணு.”

“எஸ் ஐயாம் ரெடி.”

“எல்லாம் சரி ராகவா, ஒரே கேள்விக்கு பதில் சொல்லு?”

“கேளு.”

“நீ ஏன் இன்னும் கல்யாணமே பண்ணிக்கலை?”

இப்போது ஸ்டேஷன் பிளாட்பாரத்தில் வேறு ஏதோ எக்ஸ்பிரஸ் வண்டி அதி வேகமாகச் சப்தமிட்டுக்கொண்டே கடந்து போனது.

# வெளுத்துக்கட்டு

“என்னங்க இன்னிக்கும் திறக்கலியா?”

“இல்ல சார், காலைல வந்தாரு. ஒன்னவர்ல கௌம்பிட்டாரு.”

“இத்தோட நாலு தரம் வந்துட்டேன்.”

“ஆமா நா கூட பாக்கறேனே சார்.”

“தொழில்ல அக்கறையே இல்லாம, எப்படி?”

“ஆமாங்க, கடை ஒழுங்கா தொறக்கறதே இல்ல. உங்கள மாதிரி இன்னும் ரெண்டு மூணு பேரு கேட்டுட்டு போய்ட்டாங்க.”

இவன் அலுத்துக்கொண்டே திரும்பினான். முசாபரி பங்களாவிலிருந்து வடமேற்காக கள்ளுத்தென்னை ரோடில் போனால், சந்தடியான முருகன் டீ ஸ்டால் வரும், அதைத் தாண்டி பத்து தப்படியில் ஒரு நாலைந்து சின்னக்கடைகள் இருக்கும். அங்குதான் இந்த ராஜு லாண்டிரி என்ற பெயர் கொண்ட லாண்டிரிக்கடை, அவனிடம் காட்டன் சட்டைகள் இரண்டை வெளுக்கப்போடலாம் என்றால் இப்படி அலைச்சல்.

இரண்டு சட்டைகளுமே லைட் கலர், ஒன்று வெள்ளை வேறு. வீட்டில் என்னதான் தோய்த்தாலும் மைக்கேல் பேக்கரி பக்கத்து இஸ்திரிப் பெட்டிக்காரனிடம் கொடுத்தால் அவன் அதை நாய் கொண்டு வந்த போட்ட வஸ்துவைப்போல அயர்ன் பண்ணித் தருகிறான். போன முறை இவன் சரியா கவனிக்காமல் அப்படியே போட்டுக்கொண்டு போய்விட்டான்.

வாசலில் ஆளுயர குத்து விளக்கு வைத்த மாயவரம் ஹோட்டல் இருக்குமே அதில் நுழைந்தவுடனே வரவேற்ற அந்த சிந்த்தெடிக் புன்னகை அழகி அப்படியே அவனுக்கு ஆபத்தான அருகில் வர, 'இரு இரு, நான் கல்யாணமானவன்' என்று அவன் சொல்வதற்குள், அவன் தோளில் கை வைத்து காலரின் அடியிலிருந்து ஒரு சின்ன கரித்துண்டை எடுத்துக் காண்பித்து விட்டு மோகனமாக சிரித்தாள்.

படுபாவி அயர்ன்காரன்.

அதனால் இந்த முறை மரியாதையாய் லாண்டிரிக்கு கொடுத்து சலவை பண்ணிக்கலாம் என்று பார்த்தால் இந்த லாண்டிரி ராஜூ கடையைத் திறக்காமல் கழுத்தறுக்கிறான்.

"கோவிலுக்குப் போனாலாவது புண்ணியம்" என்று இவன் மனைவி நக்கலடித்தாள். போறாத்துக்கு "ராஜகோபாலைப் பாருங்க. எப்படி அழகா ஒரு கோவில் விடாம போய்ட்டு வர்றார். நீங்க லாண்டிரிக் கடைக்கும் சலூனுக்கும்தான் நடையாய் நடக்கறீங்க."

மதியம் காபி சாப்பிட்டவுடன் மனைவி, "என்ன மறுபடி லாண்டிரிக் கடை ப்ரதட்சிணத்துக்குப் போகலியா?"

மறுபடி போனான். ஷட்டர் பாதி திறந்திருந்தது. அழகர்மலைக் குரங்கு போல அருகே ஓடினான். உள்ளே லாண்டிரிக்காரர் ஏதோ துணியெல்லாம் அடுக்கிக் கொண்டிருந்தார்.

"ரெண்டு ஷர்ட் வாஷிங்."

ஸ்லோமோஷனில் திரும்பி, "இன்னிக்கு கடை லீவு சார்."

"அதான் நீங்க இருக்கீங்களே. இதுவரைக்கும் நாலு தரம் வந்து பாத்துட்டுப் போய்ட்டேன்."

"இல்ல சார், எண்ணி எடுத்து வெச்சுக்கட்ட பையன் இல்லியே."

"ரெண்டே ரெண்டு ஷர்ட்டுதான்."

"அது சரி, ஆனா பையன் இல்லியே."

"நீங்களே வாங்கி பில் போட்ருங்களேன்."

'யாரைப் பார்த்து' என்கிற பார்வையுடன் 'அதெல்லாம் ஆவாது' என்ற பொழிப்புரை போன்று தலையை ஆட்டினார்.

இவன் அங்கேயே நின்று பார்த்தான். இங்கிருக்கும் ரெண்டு மூணு துணிப் பாக்கெட்டுகளை எடுத்து அங்கே வைத்தார். அங்கிருக்கும் ஒரு பாக்கெட்டை இங்கே வைத்தார். வெளியே வந்து விட்டார்.

“கொஞ்சம் நகர்ரீங்களா” இவனைச் சட்டை பண்ணவே இல்லை. ஒரு கஸ்டமரை இழக்கும் தோரணையே அவரிடம் இல்லை.

‘நீ என்ன பிசாத்து சட்டை கொண்டு வந்துட்டு’ என்ற முகபாவத்துடன் ஷட்டரை மூடினார்.

“நாளைக்கு வாங்க.”

“கடை திறப்பீங்களா?”

“சொல்ல முடியாது. வராமப்போனாலும் போவேன். நீங்க வந்து பாருங்க.”

இவனுக்கு பொறுக்கவில்லை. “தொழில்மேல அக்கறையே இல்லாம பேசறீங்க. இப்படி இருந்தா எப்படி வளர முடியும். நானெல்லாம் உங்க ரெகுலர் கஸ்டமர். எங்கிட்டயே இப்படி பட்டும்படாம பேசறீங்களே, வியாபாரத்தைப் பெரிசு பண்ணனும்னு நோக்கமே கிடையாதா உங்களுக்கு?”

அவனை ஏற இறங்கப் பார்த்து நிதானமாகப் பேசினார். “புளியங்குளத்துல சோபா ஷாப்பிங் காம்ப்ளெக்ஸ் இருக்கே அது என்னொடதுதான். அப்புறமா அந்த மாயவரம் காளையாக்குடி ஜங்ஷன்ல பெட்ரோல் பங்க், கும்மோணம் சாரங்கபாணி தெருவுல லேடீஸ் ஹாஸ்டல் எல்லாம் என்னுது. அங்கெல்லாம் போய் வாடகை வாங்கி, கலெக்‌ஷன் கணக்கு பாத்து, அவங்க கம்ப்ளைண்ட்டெல்லாம் கவனிச்சுன்னு எல்லா வேலையும் முடிச்சுட்டுதான் இந்தக் கடைக்கு வரணும். இது எங்க தாத்தா ஆரமிச்ச கடை. மூடக்கூடாதேனு நடத்தறேன்.”

இவன் அமைதியாக நின்றான். அவர் கடையைப் பூட்டி விட்டு இவனிடம் கேட்டார் “ஆமா நீங்க என்ன செய்யறீங்க?”

இவனுக்கு தான் ஒரு குமாஸ்தா என்று சொல்லலாமா என்று தயக்கம் பதிலுக்குக் காத்திராமல் அவர் போய்விட்டார். மலையன் குளத்துல வேற நல்லதா லாண்டிரி இருக்கான்னு பாக்கணும் என்று யோசித்துக்கொண்டே இவன் நடையைக் கட்டினான்.

# பைத்தியக்காரத்தனம்

நண்பன் பட்டாபியிடமிருந்து இன்று காலையே இவனுக்கு ஃபோன்.

“களக்காடு கணபதி ஞாபகம் இருக்கா உனக்கு?”

“இருக்கே! என்னாச்சு, சொல்லு?”

பட்டாபியின் அப்பா குருராஜ நாயக்கர் மலையன்குளத்தின் எஞ்சினியர் என்று பேர் பெற்றிருந்தார். படிப்பினால் எல்லாம் இல்லை. அவர் காண்டிராக்ட் எடுத்து செய்யும் கட்டிட வேலைக்காக அந்தப்பெயர். அர்ஜுனன் என்று ஒரு மேஸ்திரியும் அவன் மனைவி கன்னியம்மாவும்தான் குருராஜ முதலியாரின் ஆஸ்தான கொலுத்து வேலை செய்பவர்கள். மற்றவர்களை வேலைக்குத் தக்கவாறு சேர்த்துக் கொள்வார்கள். அந்தக் குருசாமி முதலியாரின் பையன் பட்டாபி ஏ.வி.சி காலேஜில் பி.காம் முடித்து கும்பகோணம் யூனியன் பாங்கில் குமாஸ்தாவாக இருந்தான்.

பட்டாபி அப்போது, அதாவது ஸ்கூல் தினங்களில், ஒல்லியாக மார்பெல்லாம் ஒட்டிப்போய் கன்னங்களும் உள்ளடங்கி ஆனால் கண்களில் பொறி பறக்கும் தீட்சண்யத்துடன் இருப்பான். மெதோடிஸ்ட் சர்சுக்குள் இருக்கும் வெட்ட வெளி மைதானத்தில் நடந்த கிரிக்கெட் மாட்ச் இவனுக்கு மறக்கவில்லை.

‘பட்டாபி எறிந்த அந்தப் பந்து எங்கியோ வெளில பிட்ச் ஆச்சு. பாட்டிங்கில் ராஜு. பந்து போற திசையைப் பார்த்து ஒய்ட்ன்னு நெனச்சு ஆடாம விட்டான். பந்து தரையில பட்ட அடுத்த செகண்ட் சட்டுனு எழும்பி வலது பக்கம் திரும்பி சும்மா சர்ருனு உள்ள பூந்து மிடில் ஸ்டம்ப பேர்த்துடுச்சி.’

ஒல்லி உடம்புக்குள் எப்படி அத்தனை வேகம் என்பது போல பாஸ்ட் போலிங் போடுவான் பட்டாபி. பிற்பாடு மாயவரம் டீம் ஒன்றுக்கு விளையாடி அங்கே சந்தித்து கும்பகோணம் யூனியன் பாங்கின் ஜெனரல் மானேஜர் ஒருத்தரின் சிபாரிசில் அங்கே வேலைக்குச் சேர்ந்து கொண்டுவிட்டான்.

வெங்கடேச ரமணா ஸ்டோரில் உப்போ புளியோ வாங்க வீட்டில் பள்ளிப் பசங்களை அனுப்புவார்கள். கம்மர் கட்டு, லேக்கா உருண்டை புளிப்பு முட்டாய் என்று லஞ்சத்துடன் திரும்பி வரும் வழியில் அந்த படாக லிங்கசாமி கோவில் வாசல் சுவரின், மேலே ஜாலி வைத்துக் கட்டியிருப்பார்களே, அதன் அடிப்பாகத்தில் கொஞ்சமே மனம் பிறழ்ந்தாற்போல முகபாவம் கொண்ட களக்காடு கணபதி கரிக்கட்டியால் தத்ரூபமாக பிள்ளையார் மயிலெல்லாம் வரைந்து வைத்திருப்பான். கண் கொட்டாமல் பார்த்தால் மயில் அசையும். ஒருமுறை அவன் வரைந்திருந்த தென்னை மரக் கரிக்கோட்டுப் படத்தில் ஓலை அசைவதைப் போன்ற சலனத்தை உண்டாக்கும் உன்னதம் கூடக்கண்டவர்கள் சொல்லுவார்கள். எப்போது வெங்கடேச ரமணா ஸ்டோருக்குப் போனாலும் களக்காடு கணபதியின் ஓவியங்களைப் பார்ப்பது எர்ஸ்கின் தெருவில் போவோர் வருவோருக்கும் வழக்கமாகியிருந்தது.

கொஞ்சம் துப்பறியும் சாம்புவை நினைவு படுத்திக்கொண்டு உடனேயே அவன் மூக்கை சாதாரணமாக்கி உடல் பருமனைக் கூட்டி எண்ணிப்பாருங்கள், அதுதான் களக்காடு கணபதி. அந்தச் சின்ன வயசிலேயே தொப்பை இருக்கும். சாமிநாத குருக்கள் வீட்டுக்கு அடுத்த வீடு களக்காடு பட்டம்பியின் மகன். ரெண்டு மூணு தலைமுறைக்கு மிந்தி அவர்களது பூர்வீக களக்காடுலேர்ந்து இங்கே வந்து குடியேறி விட்டதால் பட்டம்பி குடும்பத்துக்குக் களக்காடு பெயரே நிலைத்துவிட்டது. கறுப்பு சட்டைக்காரர்களுக்குப் பயப்படாமல் குடுமி வைத்திருப்பான். முகத்தில் ஒரு அசட்டுக்களை இருக்கும். ஓரிரு சமயங்களில் அவன் கரியினால் அந்தச் சுவற்றில் படம் போடும்போது கூட வாயைக் குவித்து வைத்துக்கொண்டிருப்பான். இடது கை

பின்னால் பிருஷ்டத்தில் தொட்டுக் கொண்டிருக்க ஒற்றை வலது கையினால் சுவற்றில் ஜாலங்கள் விரியும்.

அந்தச் சின்ன வயதிலேயே வேஷ்டிதான் கட்டுவான். அவன் தம்பி ரமணி ஸ்கூலுக்கெல்லாம் வர, கணபதியை ஏனோ அவன் அப்பா பக்கத்து செம்பனார்க் கோவில் வேதாத்தியானத்துக்கு அனுப்பிக்கொண்டிருந்தார். சில சமயம் முப்பிடாத்தி அம்மன் கோவிலில் உரக்க ருத்ரமோ சமகமோ சொல்லிக்கொண்டிருப்பான்.

ஒருமுறை மலையன் குளத்திலிருந்து, முதல் முறையாக்கூட இருக்கும், ரயில்வே கார்டாக இருந்து ரிடையர் ஆன தாமோதரன் பம்பாய் போய் விட்டு வந்தார். அவர் கார்டாக இருந்தபோது ஏதோ டிரெய்னிங் என்று வெஸ்டர்ன் ரயில்வேயிலிருந்து அழைத்து தென்னக ரயில்வே ஆசாமிகளுக்கு பயிற்சி கொடுத்தார்கள். அதற்காக பம்பாய் விக்டோரியா டெர்மினஸில் தங்கியிருந்த தாமோதரன் ஒரு ஞாயிற்றுக்கிழமை ஜேஜே ஆர்ட் காலரிக்கு போய்ப் பார்த்தாராம்.

“அந்த ஆர்ட் காலரியில என்னடா வெச்சிருக்கான். படவா, எல்லாமே அடாசுடா. என்ன எழவைச் சொல்ல வர்ரான் அந்த ஆர்டிஸ்ட்ங்கறதே புரியாம ஒரு மகா போர்டில் என்னென்னவோ கோடும் வட்டமுமா போட்டு கலர் கலரா இறச்சு வெச்சிருக்கான். சம்மந்தமே இல்லாம வனம்னு தலைப்பு. இதென்னடா கண்றாவின்னு இன்னொரு ரூமுக்குள்ள போனா மொத்தமாப் பொம்மனாட்டி படமா இருக்கு. ஒவ்வொரு படத்துலயும் கோடுகோடாய்க் கெட்ட காரியம் பண்ணிண்டு. என்ன எழவுடான்னு படத்தோட அடியில வெல பாக்கறேன்.. மூணு லட்ச ரூவாயாம். போக்கத்த படவா” விஸ்தாரமாக வெய்வார்.

தாமோதரன் சொல்லுவதைக் கேட்கும் ஊர்க்காரர்களுக்கு பூ பூப்பது போல, காற்று வீசுவது போல நிலா காய்வது போல எந்தப் பலனையும் எதிர்பாராமல் அழகான படம் வரைந்த களக்காடு கணபதியின் நினைவு நிச்சயம் வரும்.

“என்ன ஆச்சுடா களக்காடு கணபதிக்கு?”

“நேத்து கும்பகோணம் டைம்ஸ்ல அவன் ஃபோட்டொ போட்டிருந்தாங்க. போன் பண்ணி விஜாரிச்சேன்.”

“சீக்கிரம் சொல்லு.”

“அவனுக்கு வேத வ்யாச சமஸ்கிருத அவார்ட் குடுத்திருக்காங்க. யூ என்ல ஒரு அழைப்பும் கூட.”

“அடேயப்பா!”

“அவங்கிட்ட, இல்ல இல்ல இப்ப கணபதிய அவர்னு சொல்லணும், பேசினேன். டிராயிங்கெல்லாம் எப்படி போயிண்டு இருக்குன்னு கேட்டேண்டா.”

“என்ன சொன்னான்?”

“அந்தப் பைத்தியக்காரத்தனத்தை எல்லாம் எப்பவோ நிறுத்தியாச்சு.”

போனை வைத்தவுடன் இவனுக்கு சந்தோஷமும் வருத்தமும் சேர்ந்தே உண்டானது.

# கோலப்பன் சார்

1960களில் மிடில் ஸ்கூல் எனப்படும் அரசுப் பள்ளிகள் இப்படித்தான் இருந்தன என்பதற்கு வீரப்ப மிடில் ஸ்கூலே உதாரணம். கள்ளுத்தென்னை ரோடு வழியாக வந்தால் முசாபரி பங்களாவைத் தாண்டின சின்ன திருப்பத்தில் ஸ்கூல். ஆனால் சின்னப் பசங்களை அந்த ரோடில் வர அனுமதிக்க மாட்டார்கள்.

“ஸ்டேஷன் ரோடு வழியாப் போடா, அதுதான் சரியான வழி.”

கேள்வி கேட்டால் அடி விழும் என்பதால் வீட்டுப் பிள்ளைகள் கூட்டமாய் ஸ்டேஷன் ரோடு வழியாகவே ஸ்கூலுக்கு வருவார்கள். சில தைரியசாலி பையன்கள் மட்டும் அந்த வழியாக வருவார்கள். சில சமயம் முசாபரி பங்களாவில் அனந்தலட்சுமி பேயைப் பார்த்ததாகவும் சொல்லுவார்கள்.

ஸ்கூல் கோ எஜுகேஷன் என்றாலும் மிகக்குறைவான எண்ணிக்கை கொண்ட பெண் பிள்ளைகளோடு பசங்கள் சேர மாட்டார்கள். அது ஓர் எழுதப்படாத விதி. ஓரக்கண்ணால் பார்ப்பதெல்லாம் ஒன்பதாவது கிளாஸ் வந்தப்புறம்தான். இங்கிலீஷ் மீடியமாக இருந்தாலும் எல்லா டீச்சர்களும் தமிழில்தான் பாடம் எடுப்பார்கள். இசக்கிமுத்து சார் இங்கிலீஷ் சப்ஜெக்ட் பாடங்களையே தமிழில்தான் சொல்லித் தருவார். அப்புறம் பக்கெட் என்று எதற்கோ அழைக்கப்படும் குப்புசாமி சார், எப்போதும் அழுக்குச் சட்டை, அசட்டுச் சிரிப்புடன் சயின்ஸ் நடத்துவார். பசங்களை வீட்டிலேர்ந்து விகடன், குமுதம் என்று கொண்டுவரச் சொல்லிப் படித்து விடுவார்.

கோலப்பன் சார் பற்றிச் சொல்லியாக வேண்டும். தமிழ் மீடியத்துக்கு மட்டும்தான் கிளாஸ் எடுப்பார். அவ்வளவு தமிழ்ப்பற்று. அதில் இங்கிலீஷ் மீடியமான பசங்களுக்குச் சந்தோஷம். அவ்வளவு முரடர்! பையன்களைச் செவிட்டில் அறைவார், பெண்களை டஸ்டரால் அடித்து விடுவார். ஒரு தரம் சுகுணாவை அடிக்கும்போது கை பட்டுவிட்டது என்று அது அப்பாவை அழைத்துக்கொண்டு வந்து ரகளை பண்ணிவிட்டது. அப்படியும் கோலப்பன் அடிப்பதை நிறுத்தவில்லை. சின்ன விஷயங்களுக்கெல்லாம் அடிப்பார்.

சற்றே முன் தூக்கிய பல்லும் ஒட்டின கன்னங்களுடன் கவர்ச்சியான கறுப்பாக இருப்பார். அவர் ஞாயிற்றுக்கிழமை கூட ஷேவிங் செய்து கொள்வார் என்று ரகசியமாக தருமன் சொல்வான். எப்போதும் சலவை செய்த கறுப்பு பேண்ட்டும் வெளிர் நிற அரைக்கை ஸ்லாக்குடன் வருவார். அவர் கையில் பேப்பரோ புத்தகமோ பார்க்கவே முடியாது. மெதுவாகத்தான் நடப்பார். இவரா இப்படிக் கோட்டை அறை அறைகிறார் என்பதுபோல் சாதாரணமாகத்தான் இருப்பார்.

இங்கிலீஷ் மீடியம் பசங்களுக்கு அவருடனான அனுபவம் வருடத்தில் சில நாட்கள் மட்டுமே. ரெகுலராக வரும் ஆசிரியர்கள் யாராவது லீவு போட்டால் இவர் ஆக்டிங் என்று வந்து தொலைப்பார். அந்த கிளாசில் எல்லோரும் குலை நடுங்குவார்கள். காலையிலேயே ‘டேய் இன்னிக்கு குப்புசாமி சார் லீவு, கோலப்பன்தான் ஆக்டிங்’ என்று பியுன் கண்ணாயிரத்திடம் யாராவது கேட்டுச் சொல்லி விட்டால் அன்று முழுவதும் பசங்களுக்குப் பேய் அறைந்த கதைதான்.

கோலப்பன் சார் கிளாசில் நுழைந்தவுடன் எல்லாரையும் கம்பீரமாக ஒரு பார்வை, பிறகு உட்கார் என்பதுபோல் கையை ஆட்டி ஒரு செய்கை. நிதானமாக நாற்காலியில் உட்கார்ந்து ஒரு கால் மேல் கால் போட்டுக் கொள்வார். கிளாஸ் முழுவதையும் பார்வையால் அளப்பார். எல்லோரும் அசையாமல், இமைக்காமல் உட்கார்ந்து இருப்பார்கள். ஒரு சின்ன அசைவு தெரிந்தால் அவனை எழுப்பி, “ஒரு திருக்குறள் சொல்லு” என்பார். சொல்லிவிட்டால். “சரி, பொழிப்புரை சொல்” என்பார். நிச்சயம் தடுமாறுவான். உடனே “இப்படி வா” என்று அருகில் கூப்பிடுவார். அவ்வளவுதான், கோட்டை அடி, அழுகை, கண்ணீர், மேலும் கனத்த மௌனம்தான். தமிழ்ப் பாரம்பரியப் புறமுதுகுக்கு

அடுத்த அவமானம் பெண் பிள்ளைகளுக்கு முன்னால் அடி வாங்குவதுதான். ஆக்டிங் கிளாஸ் முடியும்போது, “இரு, அடுத்த முறை பார்க்கிறேன்” என்று சொல்லிவிட்டுப் போவார்.

திராவிடக் கட்சித் தொண்டர்களுக்கு அடுத்தபடி அபார தமிழ்ப் பிரேமை உடையவர் கோலப்பன் சார்தான். பையன்கள் மத்தியில் அவருக்குப் பிரதான வில்லன் இமேஜ் உருவாகிவிட்டது. அதனாலேயே அவரைப் பற்றிய விவரங்கள் சேகரிப்பதில் ஆர்வம் கூடியது. தருமன்தான் தமிழ் மீடியம் பையன்களிடம் பேசி கோலப்பன் இப்படிப் பண்ணினாராம், அப்படிப் பண்ணினாராம் என்றெல்லாம் சுவாரஸ்யம் கூட்டுவான். அவன் சொல்லும் கதைகள் கர்ண பரம்பரை ரேஞ்சுக்கு இருக்கும்.

‘பி செக்ஷன் வெண்டைக்காய்’ என்று எதற்கோ பெயர் வைக்கப்பட்ட ரமணி ஒரு தரம் இவரிடம் மாட்டிக்கொண்டான். எப்போதும் போல இரண்டு அறை கொடுத்ததோடு விடாமல் “ஏண்டா, நீ பாப்பாரப் பையன்தானே, போடா போய் உன் டிபன் டப்பாவை எடுத்து வா” என்று கொண்டு வரச்சொல்லி, கிளாசில் எல்லார் முன்பும் நிதானமாகச் சாப்பிட்டு முடித்தாராம்.

தருமன் அவர் இருக்கும் பால் பண்ணைத் தெருவிலேயே குடி இருக்கிறான். தன் அழுக்கு காலரைத் தூக்கி விட்டுக்கொண்டு சில சமயம் ஆகாகான் போல் பந்தாவாக கோலப்பன் சார் பற்றிச் சொல்வான். குழந்தைகள் கிடையாதாம். மனைவியை வெகு அபூர்வமாகத்தான் பார்க்க முடியுமாம். அக்கம்பக்கத்தில் யாருடனும் பேச்சு வார்த்தை கிடையாதாம். மனைவியை அடிப்பாரா என்பது பற்றி அதிகாரபூர்வமான தகவல் தருமனிடமே இல்லை.

இவன் மாயவரம் காலேஜுக்கெல்லாம் சேர்ந்து ஹாஸ்டலுக்கு போன பின்னால் ஒரு தரம் ஊருக்கு வந்தபோது இன்னும் ஸ்கூலில் படித்துக் கொண்டிருந்த சுகுணாவின் தம்பியைப் பார்க்க நேர்ந்தது. சுகுணாவை ஸ்கூலோடு படிப்பை நிறுத்தி விட்டார்களாம். அவள் சமையல், கோலம், க்ரோஷா என்று கற்றுக் கொள்கிறாளாம். போன வாரம் கூட மன்னம்பந்தலிலிருந்து அவளைப் பெண் பார்த்து விட்டுப் போனார்களாம். பழைய பள்ளி நினைவுகளில் வாத்ஸல்யத்துடன் வாத்தியார்கள் பற்றி இவன் விசாரித்தான்.

விவேகானந்தன் சார் பி.ஹெச்.டி முடித்துவிட்டாராம். ராஜேஸ்வரி டீச்சருக்கு ஆபரேஷனாம். இப்போதெல்லாம் கிளாசிலேயே தூங்கிவிடுகிறாராம். இசக்கிமுத்து சாரை ஒன்பதாம் கிளாஸ் பையன் ஒருத்தன் மழைத் தண்ணீரில் தள்ளி விட்டு அமர்க்களமாம். இவன் படித்த காலத்தில் கூட ஒரு முறை அப்படி காளியப்பன் அவரை மழைத் தண்ணீர் தேங்கியிருந்த இடத்தில் தள்ளி விட்டு ரகளையானது நினைவுக்கு வந்தது. அவர் மழைத் தண்ணீர் தேங்கும் இடத்தில் பிருஷ்டத்தைக் காண்பித்தபடி நிற்க ஏதேனும் வேண்டுதல் செய்து கொண்டிருக்கிறாரோ என்று இவனுக்குச் சிரிப்பு வந்தது.

சுபா டீச்சர் யாரோ டாக்டரை இரண்டாம் கல்யாணம் பண்ணிக்கொண்டு வேலையை விட்டுப் போய்விட்டாராம். ஆவலோடு கோலப்பன் சாரைப் பற்றி கேட்டான்.

சுகுணாவின் தம்பி சொன்னதைக் கேட்டபோது யார் கண்ணிலேயும் படாத அவரின் மனைவி குறித்து ஏனோ இவனுக்கு வருத்தமாக இருந்தது.

# சில நாட்கள்!

இவன் மலையன் குளத்துக்கு வந்து ரெண்டு நாள்தான் ஆகியிருந்தது. ஒரே போர். இந்த ஊர் சரியான கிராமம். மாமா வீட்டுக்கு வந்திருக்கிறான். அம்மாவுடைய தொணதொணப்பு தாங்காமல்தான் வந்தான்.

"இதப்பாரு, இதுதான் உனக்குக் கடைசி சான்ஸ். ஆச்சு அடுத்து ஐ.ஐ.டி எஞ்சினீயரிங் அது இதுன்னு நீ வெளி ஊருக்கெல்லாம் போய்ட்டேன்னா, இனிமே மெட்ராஸுக்கே நீ வருவியோ என்னமோ, நம்ம சொந்த ஊருடா மலையன்குளம். சாமிநாது மாமா பெரிய பண்ணையார். எனக்குமே அங்க நிலமெல்லாம் இருக்கு. மாமாதானே பாத்துக்கறாங்க. ரொம்ப ஆசைப்படறாங்க. உனக்கேத்த வசதியெல்லம் பண்ணித் தருவாரு. ஆள் படையெல்லாம் கூப்பிட்ட குரலுக்கு உண்டு. உனக்கு தொந்திரவே இருக்காது. இப்ப ஒரு ரெண்டு மாசம் போய் இருந்துட்டு வந்துரு."

அலுத்துக் கொண்டேதான் வந்தான். மாமா இவன் மேல ஆசையாத்தான் இருப்பார். மருமகனுக்குக்காக மாடில தனி ரூம் கொடுத்து, அதுல ஃபேன் எல்லாம் மாட்டி, கட்டில் போட்டு வசதி பண்ணியிருந்தார்.

"நீ மெட்ராசுல சௌகரியமா வளர்ந்த பையன். நீ பாட்டுக்கு சுதந்திரமா மாடியில இரு. வெளில போணும்னா சொல்லு. முனியன வண்டி கட்டச்சொல்றேன். மாயரம் செம்பனார்க்கோவில்னு எங்க வேணா போய்ட்டு வா. ராத்திரி டெண்ட்டுல படம் போ. அத்தை கிட்டச் சொல்லி வேணுங்கறதப் பண்ணித்தரச் சொல்றேன்."

இவனுக்கு ஒண்ணுமே பிடிக்கவில்லை. ரொம்ப போரான ஊர். மாடில இவனிருந்த ரூமின் வலப்பக்கம் இருக்கும் சாளரத்தின் ஜன்னல் கதவைத் திறந்து வைத்துக்கொண்டு வேடிக்கை பார்ப்பான். நாள் முழுவதும் வேடிக்கைதான். வீட்டு வாசலில் ஏழெட்டு மாடுகள் கட்டி, ஒரே சாணி வாசனை. அழுக்குக் குப்பை, இவனுக்கு அருவருப்பாக இருக்க, மாடியிலேயே ஒடுங்கினான். சாப்பாடு கூட நேரத்துக்கு மாடிக்கே அத்தை அனுப்பிடுவாங்க. சாப்பிட்டு மறுபடி மாடி ஜன்னல். முதல் இரண்டு நாட்கள் விட்டேத்தியாக சூன்யத்தைப் பார்த்துக் கொண்டிருந்தவனுக்கு மெதுவாகக் காட்சிகள் கண்ணில் விரியச் சுவாரஸ்யம் தட்ட ஆரம்பித்தது.

ஜன்னல் வழியாகத் தெரியும் கிழக்குப் பக்க ஒத்தையடிப்பாதை புழுதி படிந்து இருக்கும். இங்கொன்றும் அங்கொன்றுமாய்க் குடிசைகள். அவற்றில் பறக்கும், நடக்கும் கோழிக் குஞ்சுகள். ஒன்றிரண்டு முருங்கை மரங்கள். கூரை மேல் படர்ந்த தர்பூசணிக்கொடி. வாசலில் மஞ்சளாகப் பூத்திருக்கும் அரளி. ஜன்னலுக்கு நேர் எதிரே இந்தப் பக்கம் மொட்டை மாடி. துப்புரவாக பெருக்கியிருக்கும். பகலில் நடக்கவே முடியாத படி சூடு பொரியும். இரவு குளிர்ந்து போயிருக்கும். வீட்டுக்கு எதிரே ஒரு பெரிய தூங்கு மூஞ்சி மரம். படர்ந்து கிளைகள் கொண்டு ஏதோ மாமா வீட்டைத் தானே காவல் காப்பது போல நிற்கும். அந்த மரம் இவனுக்கு ஒரு பெரிய பொழுது போக்கு. காலை வேளைகளில் இரண்டு அணில்கள் ஓடி ஓடி விளையாடும். ஒன்றிரண்டு காக்காய்கள் இங்கும் அங்குமாய்ப் பறக்கும். ஒரு மாதிரி கபம் கட்டின தொண்டையோடு கரையும். ஒரு மைனாவும் உண்டு. விடியற்காலையில் காதைத் துளைக்கும் கூவல். சில கூவல்களுக்குப் பின் அமைதியாகி விடுகிறதோ இல்லை இரை தேடிப் போய்விடுகிறதோ. அப்புறம் அடுத்த நாள் காலையில்தான் மறுபடி கூவல்.

ஒத்தையடிப்பாதையில் நடமாட்டம் சுவாரஸ்யமாக இருக்கும். பொழுது புலருவதற்குள்ளாகவே தலையில் முண்டாசு கட்டின ஆட்கள் வயல் வேலைக்குக் கிளம்புவார்கள். அவர்கள் பின்னால் வீட்டுப் பெண் பிள்ளைகள் தொடருவார்கள். கொஞ்சம் வெளிச்சம் வந்தவுடன் ஒன்றிரண்டு சின்னப் பையன்கள் நீண்ட குச்சியுடன் ஏழெட்டு ஆடுகளை ஓட்டிக்கொண்டு போவார்கள். அவ்வப்போது டிவிஎஸ் 50யில் சிலர். ஒரே ஒரு டிராக்டர் தட் தட்டென்ற சத்தத்துடன் போகும். பதினோரு

மணி வாக்கில் ஒரு தபால்காரர் சைக்கிளில் வருவார். லெட்டர் இருக்கிறதோ இல்லியோ. மாமா வீட்டு வாசலில் சைக்கிளை நிறுத்தி அத்தை கொடுக்கும் மோரை வாங்கிக் குடித்து விட்டுப் போவார். சற்று தூரத்தில் அந்தச் சின்ன வீட்டின் வாசலில் 'போஸ்ட்' என்று அவர் கொடுக்கும் குரல் இவனுக்கு கேட்கும். தினமுமா லெட்டர் வரும்.

மாமா வீட்டு மாடிக்கு இரண்டு படிகள் உண்டு. ஒன்று வீட்டு வாசல் அறையிலிருந்து நேராக மாடிக்குப் போகும். இன்னொன்று கடைசியில் மேற்குப் பக்கமாக இறங்கி அந்த ஒத்தையடிப்பாதையின் திசையில் போய் வீட்டுக்கு வெளியில் முடியும். அதற்குப்படியே கிடையாது. நாம் இப்போது சொல்லும் ராம்ப் ஸ்டைலில் இருக்கும். நெற்கதிர்களை அந்த விஸ்தார மாடியில் காயப்போட அப்படியே தள்ளு வண்டியில் ஏற்றி மாடிக்குத் தள்ளிக் கொண்டு வர மாதிரி தாத்தா கட்டியிருந்தார். வேலையாட்களும் முன்பெல்லாம் அது வழியாகத்தான் ஏறி வருவார்களாம். இப்போதெல்லாம் வேலை செய்பவர்கள் சமையல் வரை புழங்குகிறார்கள் என்று மாமா சொல்லுவார்.

அன்னிக்கு காலையில் எப்போதும்போல டிராக்டர் போனவுடன் ஒரு மாட்டு வண்டி வந்தது. கிணிங் கிணிங் என்று மணிகள் சத்தம். சற்றுத் தள்ளியிருந்த குடிசை வீட்டு வாசலில் நிற்க ஒரு வயதான பெண் இறங்கினாள். அவளைத் தொடர்ந்து அந்தச் சின்னப்பெண். பன்னிரண்டு பதிமூணு வயசு இருக்கலாம். ரெட்டைப் பின்னல். உருண்டை முகம். நிச்சயம் மெட்ராஸ் இல்லை. இறங்கிச் சுற்று முற்றும் பார்த்தது. நல்ல சிவப்பு. குண்டு கண்கள். ஜன்னலில் என் முகம் தெரிந்திருக்கும். கண்கள் சிரித்தன. இவன் கையை ஆட்டினான், பதில் கை ஆட்டல். பிறகு உள்ளே போய்விட்டது.

இவன் சாப்பிட்டு விட்டு மறுபடி ஜன்னலுக்கு வந்தான். பொட்டை வெயில். ஒத்தையடிப்பாதையில் நடமாட்டம் குறைந்து விட்டிருந்தது. வெயிலின் உக்கிரத்தாலோ, சாப்பிட்ட பருப்புருண்டை மோர்க்குழம்பாலோ கண்ணயர்ந்தது.

சிலுங்கென்ற சத்தம். கொலுசா? படக்கென்று முழித்துக்கொண்டான். அவள்தான். தயங்கித் தயங்கி வந்தாள்.

"வா."

"உன் வீடா?"

"ஆமாம்."

"நான் வரலாமா?"

"ஓ! நிச்சயமா?"

"உன் பேர் என்ன?"

சொன்னான்.

"உன் பேர்?"

"வெள்ளி. இல்ல இல்ல, விலாசினி."

"வெள்ளி இல்ல இல்ல விலாசினின்னு ஒரு பேரா?"

சிரித்தது.

"போரடிச்சது அதான் வந்தேன்."

"எனக்கும் போர்தான்."

இப்படியே ஒரு பத்து நிமிஷம்.

"நா போறேன். அம்மா தேடுவாங்க."

ஓடி விட்டாள். மாலையில் மறுபடி வந்தாள்.

"காரம்போர்டு விளையாடலாமா?" இரண்டு கேம் விளையாடினார்கள்.

"என்ன படிக்கற?"

"பத்தாவது."

"அடுத்து என்ன?"

"ப்ளஸ் டூதான்."

"காமர்ஸா?"

"ஆமாம். எனக்குக் கணக்கே வராது."

"ரொம்ப ஈஸியாச்சே."

"ம்ஹூம்! எனக்கு வாணாம்."

"நா சொல்றதக்கேளு, சயன்ஸ் குரூப் எடுத்துக்கோ. கம்ப்யூட்டர் படி. அமெரிக்காவெல்லாம் போலாம்."

"அய்யோ! என்னால முடியாதுப்பா."

அன்று மாலை ஏனோ மழை பெய்தது. நனைந்து கொண்டே ஓடி வந்தாள். காரம் விளையாடினார்கள். ஜன்னல் வழியாக

மழை பார்த்தபடி கொஞ்ச நேரம் போனது. சட்டென்று மொட்டை மாடிக்குப்போய் நனைந்தாள்.

“வா உள்ள வா.”

“ஈரமாய்டும்.”

“பரவாயில்ல.”

கொஞ்ச நேரம் தண்ணீரில் அளைந்துவிட்டு, நனைந்த பாவாடையைப் பிழிந்து விட்டு மறுபடி காரம்போர்டு.

தூரத்தில் “வெள்ளீ” குரல் கேட்க ஓடிவிட்டாள்.

ஒரு வாரம் இவனுக்கு மலர்ந்த நாட்கள். அவள் எப்போது வருவாள் என்று எதிர்பார்க்கவே ஆரம்பித்துவிட்டான். மெட்ராஸ், எண்ட்ரன்ஸ் பரிட்சை, எல்லாம் மறந்துவிட்டது. வெள்ளியுடனான நேரங்கள் பறந்த வண்ணம் இருக்க, அவள் இல்லாதபோது இவனுக்கு முன்னைவிடச் சூன்யமாக இருந்தது.

அன்று காலை மறுபடி வந்தாள்.

“நா போறேன்.”

“இப்பத்தானே வந்தே?”

“இல்ல, இன்னிக்கு சாயங்காலம் போறேன்.”

“எங்க?”

“ஊருக்கு.”

மாட்டு வண்டி வந்தது. ஏறும்போது இவன் வீட்டு ஜன்னலைப் பார்த்தாள். இவன் கையை ஆட்டினான். அவளும் கையை ஆட்டினாள். வண்டிக்குள் ஏறினாள். ஜல் ஜல் என்ற சத்தத்தோடு அந்த வண்டி அசைந்து அசைந்து போயிற்று. ஒத்தையடிப்பாதை மீது இவனுக்கு வெறுப்பு வந்தது. ஜன்னலை அடித்துச் சாத்தினான். அடுத்த நாலு நாளும் ஜன்னலைத் திறக்கவே இல்லை. நாலாம் நாள் மெட்ராசிலிருந்து அம்மா வந்துவிட்டாள். அன்று இரவே அவர்களும் மெட்ராசுக்குப் புறப்பட்டு விட்டனர்.

சில்லென்று குளிரான காற்று வீசி இவனுடைய யோசனையைக் கலைத்தது.

“சாரி ஐயாம் லேட். இன்னிக்கு ஜூடி கழுத்தறுத்துட்டா, அவளோட ப்ராஜக்ட் முடிக்காம, கஸ்டமர் கால் வேற.

நானே அவ வேலையையும் முடிச்சு கஸ்டமர்ட்ட பேசி... வுஃப்! சாரி! நீ சாப்டியா?"

"இல்ல இன்னும் இல்ல."

"நாளைக்கு எனக்குச் சாண்ட்டா கிளாரா போணும். கார்த்தால ஆறு மணி ஃப்ளைட். பார்பராவ எட்டு மணிக்கு வரச்சொல்லியிருக்கேன். அவ குக் பண்ணி வெச்சிடுவா. நா சாயங்காலம் வந்துடறேன் சமாளிச்சிப்பியா?"

"நோ ப்ராப்ளம் நீ போய்ட்டு வா."

"என்னதான் பண்ணிண்டு இருந்தே பால்கனில உட்கார்ந்துண்டு?"

"இல்ல சும்மாதான்...அப்படியே யோசிச்சுண்டு."

"என்ன மலையன் குளமா? ம்..? அமெரிக்கா வந்து இருவது வருஷம் ஆச்சு. நீ இன்னும் மாறவே இல்லை."

"ஒண்டர்ஃபுல் நாட்கள் ஆச்சே."

"எனக்கு அந்த மாதிரி ஒரு பிரமிப்பே இல்லியே! பட் ஐ லவ் யூ ஸோ மச்! அதானே முக்கியம்."

"எஸ் மை டியர் வெள்ளி இல்ல இல்ல விலாசினி."

"அடச்சே, இன்னும் எத்தனை நாளுக்கு நீ அதச்சொல்லியே என்னை கலட்டா பண்ணப்போறே. ஓகே இட்ஸ் வெரி கோல்ட் உள்ள போலாம்." இவனின் வீல் சேரைத் தள்ளிக்கொண்டே உள்ளே போனாள் விலாசினி இல்ல இல்ல வெள்ளி.

# சில ஜென்மங்கள்

*"யேய்! அது பிரசாத்துதானே?"*

*"ஆமாண்டா! அவன மாதிரிதான் இருக்கு."*

*மாயவரத்தில் நடந்த சிவராஜ் ஆனந்த் குழுவின் லைட் ம்யூசிக் கச்சேரிக்கு ஏ.வி.சி காலேஜிலிருந்து இவன் போயிருந்தான். ஸ்டேஜில் இவனுக்கு நண்பனைப் பார்த்த திரில். நண்பன் என்றால் நெருங்கின எல்லாம் இல்லை. வீரப்ப மிடில் ஸ்கூலில் கிளாஸ்மேட் ராஜாவின் அண்ணன் என்று ராஜா சொல்லுவான். அதிலும் சின்ன வில்லங்கம் உண்டு.*

*இவன் எட்டாவது பாஸ் பண்ணி, ஒன்பது வந்தபோது அந்த வருஷம் ஃபெயில் ஆகி காத்திருந்தவன்தான் ராஜா. குள்ளமாகக் களையாக இருப்பான். எப்போதும் சிரித்த முகம். கலர் என்றால் அப்படிப்பட்ட பொன்னிறமாக ஜொலிப்பான். அவன் அம்மாவையும், தங்கை ராதிகாவையும் பார்த்தபின்தான் இவனுக்கும் இன்னும் சிலருக்கும் அந்த ஆச்சரியம் விலகியது.*

*ஸ்டேஷன் ரோடில் மைக்கேல் பேக்கரி தாண்டி இடது பக்கமாகத் திரும்பினால் பால் பண்ணைத் தெரு. அங்கே மாடுகள் கட்டி வைத்திருக்கும் காலி மனைக்கு அடுத்த சின்ன இடத்தில் மேற்குப் பக்கமாக குடிசை, ஆம், குடிசைதான் போட்டிருக்கும். அங்கிருந்துதான் ராஜா வருவான். இந்த ராதிகா இருக்கிறதே, அது பற்றி பின்னொரு சமயம் பார்க்கலாம்.*

*ராஜா வீட்டு வாசலில் எப்போதும் ஒரு டாக்ஸி இருக்கும். அந்தக்கால ஸ்டுடிபேக்கர் வகை வண்டி. அது ஓடி நான் பார்த்ததே இல்லை. அதன் டிரைவர்தான் ராஜா, ராதிகாவின் அப்பா என்பார்கள். அவர் கறுப்பாய், குண்டாய், ஒரு வித மங்கோலிய முகத்துடன், கோணாமாணாவென கத்தரிக்கப்பட்ட மீசையுடன் கரடு முரடாக இருப்பார். அபார லட்சணத்துடனும் ஒரு வித பொன்னிற மஞ்சள் நிறத்தில் ஜொலிக்கும் ராஜாவின்*

அம்மாவுக்குச் சற்றும் பொருத்தமில்லாத ஆசாமி. முதலில் சொன்ன பிரசாத்துக்கும் இந்த ராஜாவுக்குமான உறவு கட்சிக் கொள்கை மாதிரி புரிவதற்கு ஒரு சண்டை தேவைப்பட்டது.

செம்பனார் கவர்ன்மெண்ட் ஸ்கூலுக்கும் வீரப்ப மிடில் ஸ்கூலுக்கும் நடந்த கபடிப் போட்டியின் போது பிரசாத் பிரமாதமாக ஓடி ரெண்டு பேரை அவுட் பண்ணிவிட, பார்வையாளர்கள் இடத்திலிருந்து ராஜா "போடு சக்கை வுடாதீங்கண்ணா" என்று கத்தினான். ஆட்டத்தின் நடுவிலேயே பிரசாத், ராஜாவிடம் வந்து "இன்னொருதரம் என்னைய அண்ணா கிண்ணான்னே கொன்னுடுவேன். போடாங்க..." என்றொரு பதத்தைப் பிரயோகித்ததை இவன் உள்பட எல்லோரும் கேட்டார்கள். எப்போதும் போல பிரசாத் ஏன் ராஜாவிடம் அப்படி கோபப்பட்டான் என்று விஜாரித்தபோதுதான் தெரிந்தது.

"டேய்! பிரசாத் யாருன்னு தெரியும்ல! ...மியோட புள்ள."

"யாரு? அந்த கும்மோணத்துல பெரிய தெரு சௌராஷ்டிரா?"

"ஆமாண்டா, அவுருக்கு ஒரு வீடு இங்க மன்னந்தாங்கல்ல இருக்கே."

"ராஜாவுமா?"

"இல்ல, இல்ல. அது வேறடா?"

"என்னடா? சொல்லேன்?"

"டேய் இவனே, நீ சின்னப்புள்ள. இங்கிருந்து போடா இதெல்லாம் உனக்குப்புரியாது. ராஜாவோட அம்மா அந்த மிராஸ்தாருக்கு, வெளியே தெரியாம தனியா வெச்சிருக்காரு. பிரசாத்துதான் முத சம்சாரத்தோட பையன்."

"அதான் பிரசாத்துக்கு ராஜாவக்கண்டா ஆவறதில்லையா?"

அந்த பிரசாத்துதான் சிவராஜ் ஆனந்த் குழுவில் டிரம்ஸ் வாசிப்பதைப் பார்த்தான். அதற்குப் பிறகு எப்போது சந்தர்ப்பம் கிடைத்தாலும், மாயவரம், கும்மோணம், திருவாரூர் என்று சிவராஜ் ஆனந்த் கச்சேரி எங்கே நடந்தாலும் ஹாஸ்டலில் இருந்து பத்துப் பதினைந்து பேர் போய் விடுவார்கள். இவன் மட்டும் ஸ்டேஜில் போய் பிரசாத்தைப் பார்த்து ரெண்டொரு வார்த்தை பேசிவிட்டு என்னமோ சாதித்து விட்டதைப்போல தளுக்காய் நடந்து வந்து சீட்டில் உட்கார்ந்து கொள்ளுவான் பிரசாத் ஸ்கூல்

முடித்து சரபோஜி காலேஜில் சேர்ந்தான் என்பது வரை இவனுக்குத் தெரியும்.

ஸ்கூல் முடிந்த பிறகு ராஜா, ராதிகா வீட்டைக் காலி பண்ணிவிட அப்புறம் கண்ணில் படவே இல்லை. குடிசை பிடுங்கி எறியப்பட்டு, சின்னதாக ஒரு வீடு வந்து, சில வருஷங்களில் அதுவும் இடித்து பால் பண்ணை மாடுகள் கட்டுவதற்கான இடத்தோடு சேர்ந்துவிட்டது.

யோசித்துப் பார்த்ததில் இவனுக்கு ராஜா, ராதிகா மேல் பரிதாபம்தான் வந்தது. அம்மாவின் நிலைமைக்கு என்னென்னவோ கேலிகள் பேசப்பட்டு, சீண்டப்பட்டு, தெரிந்தும் அப்பாவைப் போய் பார்க்க முடியாத நிலைமையில், யாரோ ஓர் எடுபிடி டிரைவரின் கண்காணிப்பில் அவ்வப்போது அந்தச் செல்வாக்கான மிராஸ்தாரின் ஆசாபாசங்களுக்கு உட்பட்டு, வாழ்க்கை நடத்தி. இவன் காலேஜ் முடித்த வருடம் மிராசுதார் இறந்துவிட்டார். ராஜா ராதிகாவின் கதி என்ன என்று தெரியவில்லை.

பல வருஷங்களுக்குப் பிறகு இவன் ஒரு முறை மெட்ராஸில் வேலை பார்த்தபோது எஸ்.ஐ.ஈ.டி காலேஜ் ஆடிட்டோரியத்தில் சிவராஜ் ஆனந்த் இசை நிகழ்ச்சி வர, பிரசாத்தைப் பார்க்கலாம் என்று இவன் போயிருந்தான். ஸ்டேஜில் பிரசாத் இல்லை. வேறொரு ஆசாமி டிரம்ஸில் உட்கார்ந்திருந்தார். முகச் சாயல் தெரிந்தாற்போல இருந்தது. இண்டர்வெல்லின் போது இவன் கூட்டத்தைத் தாண்டி ஸ்டேஜுக்குப் போனான். அங்கிருந்த அந்த லீட் ஆசாமியை விளித்தான்.

“இன்னிக்கு பிரசாத் வரலியா?”

“எந்த பிரசாத்?”

“முன்னெல்லாம் உங்க ட்ரூப்புல டிரம்ஸ் வாசிப்பானே.”

“ஓ! கே.ஆர்.பிரசாத்தா? போன வருஷம் மோட்டார் சைக்கிள் ஆக்சிடெண்ட்டில செத்துட்டான். அவன் தம்பி ராஜாதான் இப்ப டிரம்ஸ் வாசிக்கிறான். அதோ பாருங்க, டேய் குமார் அந்த சாக்ஸை சரியா ட்யூன் பண்ணி வையேண்டா. காங்கோ தர்மாவ உடனே வரச்சொல்லு, ராஜா ரெடியா, இன்னும் ரெண்டு நிமிஷத்துல ப்ரொக்ராம் போணுமில்ல.”

இவனுக்கு ராதிகாவைப் பார்க்கணும் போல இருந்தது.

# தாமதமான தர்மம்

அந்த வீரப்ப மிடில் ஸ்கூல் (Band) பேண்டில் 'சாரே ஜஹான் சே அச்சா' வாசித்தார்கள். லேசான வெயிலில். ஒரு பக்கம் மாணவர்களும் இன்னொரு பக்கம் மாணவிகளும் வரிசையில் நின்றிருக்க இவன் கொடியேற்றம் நிகழ்த்தினான். படித்த பள்ளியிலேயே முன்னாள் மாணவனாகிய இவனை அழைத்து சுதந்திர தினக் கொடியேற்றம் செய்யச்சொன்னது அப்படி ஒன்றும் சரித்திரத்தில் இடம் பெற வேண்டிய நிகழ்ச்சி இல்லாவிட்டாலும், இவன் ஓடியாடி, விஷமம் செய்து, படித்து, சிரித்து, அழுது ஊடாடிய பதினொரு வருடங்கள் இவனில் ஊறிப்போயிருந்த சந்தோஷத்தின் இடையில் இது இவனுக்குப் பெருமையாகவே இருந்தது.

பேசச்சொன்னார்கள். இவனும் சர்ச்சில், காந்தி என்று அறிவுரையாகப் பேசி முடித்தபின் அந்த வயதானவரைப் பேசச் சொன்னார்கள். முன்னாள் ஆசிரியர் கோலப்பன் என்றபோது தூக்கி வாரிப்போட்டது. 'கோலப்பனா? இந்த ஒல்லியான கிழவரா?'

"எலே! இப்படி அடிக்கான்! என்ன எளவுக்குடா ஹாக்கி ஸ்டிக்கைத்தூக்குன."

அதாலேயே 'பட் பட்'டென்று அடிப்பார். பேச்சு கம்மி. அடிதான் எதற்கும். கிளாசில் பேசினால் அடி, சிரித்தால் அடி, பெண்கள் பக்கம் திரும்பினால் அடி, லேட்டாக வந்தால் அடி.

நல்ல உசரமாக வாட்ட சாட்டமாக இருப்பார் சிக்கென்று வெள்ளைச் சட்டையும் கறுப்பு கலர் பேண்ட்டும் போட்டு டக் இன் பண்ணி கூர்மையான பாயிண்டெட் ஷூ என்பார்களே, அந்த ஷூ போட்டிருப்பார். சில சமயம் ரெகுலர் வாத்தியார் பக்கெட்டோ அல்லது கொத்தமல்லி சீனிவாசனோ வரவில்லை என்றால் இவர் ஆக்டிங்குக்கு வருவார். ஆக்டிங் என்பதால் பாடம் ஒண்ணும் எடுக்கமாட்டார். ஆனால் க்ளாசில் பேசினால் மண்டகப்படிதான்.

அந்த ஆஜானுபாகுவான உருவமா இது, தோள்கள் நெருங்கி, மார்புக்கூடு குறுகி, உடல் இளைத்து, வயசு ஜீவனைத் தின்று விட்டிருக்கக் கன்னம் ஒட்டி, சில பற்கள் விழுந்து தலை நரை மற்றும் முக்கால் வழுக்கை.

அவருக்கு இவனை அடையாளம் தெரியவில்லை. ஆனால் அவரை இவனுக்கு மறக்காது. காரணம்... லோகு.

இன்றும் ஸ்டேஷன் ரோடு, பால் பண்ணைத் தெரு சில சமயம் முசாபரி பங்களா என்று தனக்குத்தானே பேசிக்கொண்டு கை காலை ஆட்டிச் சிரித்துக் கொண்டு பைத்தியமாக நடமாடும் லோகு. லோகு இவனுக்கு ஒரு வருடம் ஜூனியர். ஏழாவதுக்கு மேல் அவன் படிக்கவில்லை. ஒரு முறை காக்கா வலிப்பு வந்து, அதிலிருந்து இப்படி என்பார்கள். லோகு அடி வாங்கியதை இவனே தன் கண்ணால் பார்த்திருந்தான். அன்று பி.டி கிளாசில் கிரிக்கெட் விளையாட்டில் கடைசி ஓவர் முடியக் கொஞ்சம் லேட்டாகி விட, ஜெயசீலன் ஆக்டிங் வந்துவிட்டது தெரியாமல் லோகு ஒன்றுக்குப்a போய் விட்டு மெதுவாக வந்தான். உள்ளே நுழைந்தவுடன், “என்ன கவர்னர் லேட்டா கிளாசுக்கு வர்ரிய்யளோ” என்று அவனை அருகில் வரச்சொல்லி பளார் பளார் என்று அறைந்தார். அப்போதுதான் இவன் ஏழாங்கிளஸைக் கடந்து வந்து கொண்டிருந்தான்

இந்த காட்சி நிஜமாகவே ரத்தம் உறைய வைத்தது. அடி வாங்கிய உடனே லோகு ஒரு மாதிரி தடுமாறினான், ஒரு வித மயக்கத் தடுமாற்றத்தில் கண்களை மூடினான். பின் ரங்கராட்டினம் போல் சுழன்று மடேரென்று விழுந்த சத்தம் இன்றும் கனவுகளில் சில சமயம் இவனைப் பயமுறுத்தும். சட்டென்று சிலர் அவனைத் தூக்கிக்கொண்டு டாக்டர் கோபாலனிடம் ஓடினார்கள். அடுத்த நாள் ஒன்றும் இல்லை அதிர்ச்சிதான் என்பதுபோல் லோகு கிளாசுக்கு வந்து

விட்டான். அடுத்த வாரம் அந்த ஏழாங்கிளாஸ் பையன்கள் இன்பச் சுற்றுலா என்று வடலோடி ஆற்றுப்படுகைக்குப் போனபோது லோகுவுக்கு காக்கா வலி வந்துவிட்டதாக சொன்னார்கள். அடுத்த சில நாட்களுக்கு அவனைக் காணவில்லை. அதோடு அப்புறம் அவன் ஸ்கூலுக்கே வரவில்லை. யாரும் கோலப்பன் பற்றிப் பேசவில்லை, அவரும் முன் போலவே பசங்களைக் கோட்டை அறை அறைந்து கொண்டிருந்தார்.

சின்னப் பையன்களும் பெண்களும் ஆகஸ்டு 15 தின வெயிலில் காய்ந்து கொண்டிருக்க, வயசான கோலப்பன் தட்டுத் தடுமாறி எழுந்து, நடுங்கும் குரலில் குழறலுடன் மோர் சிங் கம்பியை நிரடினாற் போலப் பேசி முடிந்தவுடன் தேசிய கீதம் ஒலிக்க, கலையத் தொடங்கினர். ஹெட்மாஸ்டர் இவனைத் தோளில் தொட்டார்.

“வாங்க சார், டிஃபனுக்கு ஏற்பாடு பண்ணியிருக்கு. சாப்பிடலாம்.”

கோலப்பனைக் கைத்தாங்கலாக அழைத்து வந்தார்கள். வருடா வருடம் போல இன்னும் மைக்கேல் பேக்கரிதான் போலும். தேசியக்கொடி கலர் போட்ட கேக், சமூசா, பேப்பர் கப்பில் டீ. சமூசாவை மறுத்து விட்டு இவன் கேக்கைச் சாப்பிட ஆரம்பித்தான்.

“கோலப்பன் சார், இவர் ..., நம்ம ஸ்கூல் ஓல்ட் ஸ்டூடண்ட்.”

“இல்ல எனக்கு போறும்.”

“அதில்ல சார், இவர் இவர் நம்ம ஓல்ட் ஸ்டூடண்ட். இப்ப தஞ்சாவூர்ல பெரிய வேலைல இருக்கார்.”

இவன் குறுக்கே புகுந்து, “1967 பாட்ச் சார். நீங்க தமிழ் எடுப்பீங்க. எங்களுக்கு ஆக்டிங் வந்திருக்கீங்க அப்போ.”

“இல்ல, எனக்கு சக்கரை இருக்கு, அதனால டீயே போறும்.”

முயற்சியைக் கைவிட்டார் ஹெட்மாஸ்டர்.

“கோலப்பன் சார் பாவம். நீங்க எதுனா ஹெல்ப் பண்ண முடியுமா?”

“என்ன பண்ணனும்?”

“இவருக்கு மறதி நோய் மாதிரி வந்துட்டுது. சில சமயத்துல மனைவியைக் கூட ஞாபகம் வெச்சுக்கறதில்ல.

ஏகப்பட்ட மருந்து மாத்திரை. எல்லாப் பணமும் அதுக்கே செலவாய்டறது. மனுஷனுக்கு வேற கதியே இல்ல. நாங்க ஸ்கூல்ல ஆளுக்கு காசு போட்டு பத்தாயிரம் வரை கொடுத்துருக்கோம். அதெல்லாம் ரெண்டு மாச மருந்து டெஸ்டுன்னு போய்டுது. உங்க கம்பெனி அல்லது உங்க தொடர்பு மூலமா தஞ்சாவூர்ல பேசி ஏதானும் பண உதவி?"

இவனுக்கு என்னவோ உள்ளுக்குள் உதைத்தது. தஞ்சாவூர் வந்தவுடன் முதற் காரியமாக மிடில் ஸ்கூல் நண்பர்கள் சிலரைக் கலந்து பேசி ஒரு ஹோமில் சேர்த்தார்கள், தெருவில் திரிந்து கொண்டிருந்த லோகுவை.

கோலப்பன்?

அது வேறு கதை.

# பெருமாளும் சக்கரையும்...

“மணி எட்டாச்சு, இன்னுமா கடை திறக்கல?”

“தெர்லங்க! இன்னும் காணம்.”

பக்கத்து பாப்புலர் சலூன் கடை ஊழியர் அலட்சியமாகப் பதில் சொன்னார். இவன் இப்பவே இரண்டு முறை போய்ப் பார்த்துவிட்டான்.

வீட்டில் அப்பா இருப்புக்கொள்ளாமல் காத்திருப்பார். எந்த நேரமும் சாமிநாத சாஸ்திரிகள் வந்துவிடலாம். நேத்து சாயங்காலம் மாயவரத்தில் எல்லாத்தையும் வாங்கினான். ஆனால் லிஸ்டுல இருந்த வெத்தலையை மறந்துவிட்டான். சரி, காலையில் நம்ம வெங்கடேச ரமணா கடையில வாங்கிக்கலாம்னா இப்படி படுத்தறான்

மிடில் ஸ்ட்ரீட் என்று எதற்கோ பெயர் கொண்ட நடுத்தெருவில் கடைசியில, அதான் ஸ்டேஷன் ரோடு வந்து முட்டும் பாப்புலர் சலூனுக்கு அடுத்து முக்குக்கடைதான் வெங்கடேச ரமணா கடை. அதை ஒட்டி ஸ்டேஷன் தெரு ஆரம்பித்துவிடும். வெங்கடேச ரமணா கடையை ஒட்டி மேற்கில் முப்பிடாத்தி அம்மன் கோவில் வந்துவிடும். வேறு கடைகள் ஒன்றிரண்டு இருந்தாலும் வெத்தலை கிடைக்காது.

முப்பிடாத்தி அம்மன் கோவிலை ஒட்டின கடை கன்னிகா காபி ஒர்க்ஸ். அமிர்தா காபி ஒர்க்ஸ் மூடின பிற்பாடு அதே இடத்தில் வந்தது கன்னிகா காபி ஒர்க்ஸ். இதன் போர்டு எழுதும்போது, அது நடந்து ஆகியிருக்கும் பல வருஷம், பெயிண்ட்டர், கன்னி என்று எழுதிவிட்டு காகாபி ஒர்க்ஸ் என்று எழுதினது பல வருஷங்களுக்கு அப்படியே இருந்து சில வருடங்களுக்கு முன்னால் மறுபடி போர்டு எழுதும் போதுதான் சரி செய்யப்பட்டது. அப்போதெல்லாம் அதன் ஓனர் என்று ஒரு தாட்டியான தெலுங்கு பெண்மணி உட்கார்ந்திருப்பார். முகத்தில் நல்ல பணக்காரக்களை இருக்கும். ஒரு வார்த்தை பேசிக்கேட்டதில்லை. அமைதியாகத் தெலுங்கு புஸ்தகம் படித்துக்கொண்டு கல்லாவில் உட்கார்ந்திருப்பார். புஸ்தி மீசை வைத்த பரமசிவம்தான் கடையில் எல்லாம். அவர் அந்தப் பட்டர் பேப்பர் கவரில் காப்பி பொடியைக் கொட்டி, அந்தக் காக்கி கலர் ஸ்டிக்கர் போட்டு ஒட்டி, மேஜையில் அப்படி இப்படி என்று புரட்டி நம் கையில் கொடுத்துவிட்டு ‘ஆறு ரூவாய்’ என்பார். தெலுங்கு ஆண்ட்டி வாங்கிப் போட்டுக்கொண்டு புன்னகை போல ஒன்றைக்கோடி காண்பித்துவிட்டு மறுபடி தெலுங்கு புஸ்தகம். சில வருஷங்களுக்கு முன்னால் அந்தப் பெண்மணியிடமிருந்து பரமசிவமே கடையை வாங்கிவிட்டார்.

அதை விட்டால் அடுத்தது எலக்ட்ரிக் ரிப்பேர் கடை. வாசல் முழுக்க நாலைந்து டேபிள் ஃபான்கள் பிரித்துப் போடப்பட்டு நிர்வாணமாகக் கிடக்கும். அதையடுத்து நிற்கக்கூட இடமில்லாத ரேடியோ வாட்ச் ரிப்பேர் கடை. ஓனர் மொட்டை ஒரு வடநாட்டுக்காரன். சேட் என்பார்கள். ஆனால் சுத்தமாகத் தமிழில் திட்டுவான். அவனுடைய ஒல்லியான மச்சுக்கிழவி சாயல் அம்மாவின் தமிழ்ப் புலமை இன்னும் சிலாக்கியம்.

இந்த வணிகர் குழாத்தில் வெங்கடேச ரமணா கடைதான் பழமையானது. இவன் பிறக்கும்போதே அங்கேதான் கல்கண்டு வாங்கி வினியோகம் பண்ணினதாக அம்மா சொல்லுவாள். இவன் ரெண்டாம் க்ளாஸ் மூணாம் கிளாஸ் படிக்கும் போது உண்டான நினைவுகள் இன்னும் மனதில் இருக்கின்றன. கடை ஓனர் ஏதோ பெருமாள், எல்லோரும் பெருமாள் என்றுதான் விளிப்பார்கள். அப்போது இளைஞர். நல்ல உயரமாக இருப்பார். நடுவில் லுங்கி போலக் குறுக்கு விட்டத்தில் தைத்த வேஷ்டி கட்டி வலை முண்டா

பனியனுடன் இருப்பார். சில சமயம் காலையில் இவன் பாப்புலர் சலூனுக்குப் போகும்போது தன் கடை திறக்க வருவார். அகல காரியர் வைத்த சைக்கிளில் வந்து முன் பக்கமாகக் காலை எடுத்து இறங்கும் கலையை கசடறக் கற்றிருந்தார். அவர் போட்டிருக்கும் சந்தனக்கலர் சட்டை அப்போதுதான் இஸ்திரி பண்ணினது போல முறுகலாக இருக்கும். அதை ஜாக்கிரதையாகக் கழட்டி வைத்துவிட்டு வேஷ்டி பனியனுடன் கடையில் உட்காருவார்.

“என்ன தம்பி பட்டாபிஷேகமா?”

இவன் சலூனுக்குப் போகும் போதெல்லாம் கடை வாசலிலிருந்தே கேட்பார். வெட்கத்துடன் சலூனுக்குள் ஓடுவான்.

மளிகை சாமான் தவிர வாழைப்பழம், வெத்தலை, பாக்கு, சிகரெட், கடலை பர்பி, உருண்டையான புளிப்பு மிட்டாய், தேங்காயில் செய்த ரோஸ் கலர் பர்பி, ஒல்லியான முறுக்கு, பொறை, ஏன் பீடி கூட கிடைக்கும். உருளைக்கிழங்கு வெங்காயம் கூட விற்பார்.

“டேய்! பெருமாள் கடையில போய் அம்பது பைசாவுக்குப் புளி வாங்கிண்டு வா.”

“அஞ்சு பைசாவுக்கு மாட்ச்சஸ் வாங்கிப்பேன்.”

வீட்டில் அம்மாவோ பாட்டியோ விரட்டினால் லஞ்ச பேரம் பேசுவான். 60களில் இந்த மாட்ச்சஸ் என்னும் வஸ்துவைச் சேர்க்கும் ஹாபி இல்லாதவர்கள் சபிக்கப்பட்டவர்கள். இது அமெரிக்க டாலரைவிட அதிகச் செலாவணி மதிப்பு பெற்றிருந்தது.

“எங்கிட்ட த்ரீ ஸ்டார் ரெண்டு இருக்கே.”

சுப்பையா பீத்திக்கொள்வான். ஒரே ஒரு தரம் எட்டு இடமும் குளிர்ந்து இருந்ததால் இவனுடைய சீட்டா ஃபைட்டுக்கு த்ரீ ஸ்டார் ஒன்று தந்தான். இவன் கில்லியில் கடுகு அடிக்கிறேன் என்று பெட் கட்டி அரிவாள் மாட்ச்சஸ் வென்றிருக்கிறான். தன் அம்மாவிடம் பெருமையாகக் காண்பிக்கப் போய் சுளுக்கு எடுத்துவிட்டாள்.

“இப்பவே பெட் கட்டி ஆடறியா, உருப்பட்டாப் போலதான். இப்ப மாட்ச்சஸ் கட்டுவே, அப்புறம் பைசாவா. இன்னமே வீட்ட விட்டு வெளையாடப்போறேன்னு சொல்லு பார்ப்போம், காலை ஒடச்சுடறேன்.”

அந்த மாட்ச்சஸ் வாங்க பெருமாள் கடை ஹேதுவான இடம். வித விதமாகத் தீப்பெட்டிகள் வைத்திருப்பார். ஸ்வான், படாரா, அருணா, ரவிராஜ், காளீ என்றெல்லாம் பிராண்டுகள் இருக்கும். பெருமாள் இவன் போன்ற பசங்களுக்காக எடுத்து வைத்துத்தருவார்.

"என்ன தம்பி, சிசர்ஸ் வந்திருக்கே, தரட்டுமா? பயப்படாத, சிகரெட் இல்ல, மாட்ச்சஸ்தான்."

இவனுடைய வீட்டு விசேஷத்துக்கு வாழைப்பழத் தார் பெருமாளே வீட்டுக்குக் கொண்டு வந்து போட்டார். அப்போதே கூட அவர் பையன் வருவான். சின்னதாகச் சொப்பு மாதிரி இருப்பான். எதற்கோ அவனை சக்கரை என்று கூப்பிடுவார்கள். உண்மைப் பெயர் இன்று வரை தெரியவில்லை. இவன் ஸ்கூலுக்கே போக மாட்டான் போல எப்போதும் கடையிலேயே இருப்பான்.

"சக்கர, ஆயாவுக்கு உப்பு கொடு."

படு லாகவமாக பொட்டலம் கட்டுவான். ஒரு முறை ரகசியமாக இவன் சக்கரையிடமே ஒன்றிரண்டு மாட்ச்சஸ் லவிட்டியிருக்கிறான்.

இவன் காலேஜுக்குப்போன வருஷமோ அல்லது அடுத்த வருஷமோ, அப்போதிலிருந்தே சக்கரை கடை மானேஜ்மெண்ட்டுக்கு வந்துவிட்டான். தினமும் சில மணி நேரம் பெருமாள் கடைக்கு வந்துவிட்டுப் போவார். மர ஸ்டூலில் நேர்த்தியாக முதுகு வளைக்காமல் உட்கார்ந்திருப்பதை இவனே பார்த்திருக்கிறான். வயதான தெரிந்த கஸ்டமர்களுடன் ஒன்றிரண்டு வார்த்தைகள் பேசுவார்.

அன்று காத்திருந்த இவனைப் போலவே இன்னும் ஏழெட்டு பெண்கள் வந்து விஜாரிக்க ஆரம்பித்துவிட்டனர்.

"என்ன லேட்டாவுதே, இன்னிக்கு சக்கரை கடை திறக்கலியா?"

"வூட்ல ஒரு துளி உப்பு இல்ல. இவன் இப்படி வரலேன்னா என்னா பண்றது?"

ரொம்ப நாழி ஆகிவிட்டதே என்று இவனுடைய அப்பாவே தேடிக்கொண்டு கடைக்கு வந்துவிட்டார்.

"டேய்! சாஸ்திரிகள் வந்துட்டா! இன்னுமா வெத்தல வாங்கல?"

“கடையே திறக்கலப்பா.”

அந்த நேரம் சக்கரை பரபரப்பாகச் சைக்கிளில் வந்து இறங்கினான்.

“அப்பாடா வந்தியா? என்ன இவ்ளோ லேட்டு?”

“உன்ன நம்பி உப்பு வாங்கலாம்னா. நீ இப்படி லேட் பண்ணினா எப்படி? சமைச்சு முடிச்சு நா வேலைக்கி போவ வாணாவா?”

“சக்கர, அல்லாரும் காத்துக்கினு இருக்காய்ங்க ப்பா சீக்கிரமா குட்த்தனுப்பு.”

பாப்புலர் சலூன் ஊழியர் சத்தமாகச் சொன்னார். சக்கரை ஒன்றும் பேசவில்லை. மௌனமாக கடை திறந்து முதலில் மளிகை சாமான் கேட்டவர்களுக்குக் கொடுத்தனுப்பினான். கடைசியில் இவனும் அப்பாவும் வெத்தலை வாங்கினார்கள். காசை வாங்கிப்போட்ட கையுடன் சக்கரை மறுபடி கடையை மூட ஆரம்பித்தான்.

“என்ன இன்னிக்கி அவ்வளவுதானா?”

“ஆமா சார், இன்னி விடியக்காலம் அப்பா போய்ட்டாரு. இன்னமே போய்த்தான் ஆக வேண்டிய காரியம் பாக்கணும்.”

இவனுக்கு அந்த ஆஜானுபாகுவான பெருமாள் லாகவமாக காலைத் தூக்கி காரியரில் போட்டுக்கொண்டு போகும் பெருமாளின் உருவம் மனதில் வர, அப்பா முணுமுணுப்பாக அலுத்துக்கொண்டார்

“இன்னிக்கு ரெண்டாந்தரம் குளிக்கணுமா?”

# இழப்பு

இவன் மூணாங்கிளாஸ் படித்தபோது என்று ஞாபகம். அப்போதுதான் பாப்புலர் சலூன் திறந்தார்கள். மிடில் ஸ்ட்ரீட்டில் கருணா அரவை மில் தாண்டி சில கட்டடங்கள் தள்ளி, வெங்கடேச ரமணா ஸ்டோருக்கு அடுத்து சின்ன பொட்டி மாதிரியான இடத்தில் வந்தது பாப்புலர் சலூன். அதுவரை கையில் பெட்டியுடன் வீடு வீடாகச் சென்று க்ஷவரம் செய்து வந்து மசினன் என்னும் புதுமைப்பெயர் கொண்ட மாசி பாப்புலர் கடையிலேயே ஊழியனாகச் சேர்ந்துவிட்டான்.

"வாசல்ல யாரோ வந்தா மாதிரி இருக்கு. போய்ப் பாரேண்டா."

அம்மா விரட்ட, இவன் முகலாய சாம்ராஜ்ஜியத்தின் சரிவுக்கான காரணங்களை ஒத்தி வைத்துவிட்டு வாசலுக்குப் போனான். வந்த ஆசாமிக்கு வயது முப்பதுக்குக் கீழ்தான் இருக்கும். வெள்ளை வெளேரென்ற வேஷ்டியும் அதே மின்னும் வெள்ளையில் சட்டையுமாய், நறுவிசாக திருத்தப்பட்ட கிராப்புமாய் புன்னகையுடன் நின்றார்.

"வணக்கம் தம்பி! வீட்ல பெரியவங்க யாரும் இல்லியா?"

இவனின் அப்போதைய வயசுக்கே வணக்கம் வைத்த அவரின் பதவிசில் கூச்சப்பட்டான்

"அப்பாவைப் பாக்க யாரோ வந்திருக்காம்மா."

“ஹிந்துக்களின் எண்ணங்களுக்கு மதிப்பளிக்காவண்ணம்...” மறுபடி முகலாய சாம்ராஜ்ஜியத்தின் சரிவுக்குத் திரும்பினான். பிற்பாடு அப்பா சொல்லிகொண்டிருந்தார்.

“அவன் பேரு முத்துவாம். நம்ம தெருக்கோடில சலூன் திறந்திருக்கானாம். ஹேர்கட்டுக்கு என் கடைக்கு வாங்க சார்னு கூப்பிட்டுட்டு போனான். இனிமே இந்த மாசியை நம்பி தலையைக்கொடுக்க வேணாம்.”

மாசி அதே சலூனில் செர்ந்துவிட்ட விஷயம் இன்னும் வெளியாகியிருக்கவில்லை. பாப்புலர் சலூன் என்ற பெயருடன் கடை ஜிலுஜிலுப்பாக இருந்தது. சின்னதாக பத்துக்குப் பத்துதான். ஆனால் அதில் மூணு சுழல் நாற்காலிகள் போடப்பட்டு இவன் பார்த்தேயிராத சில சாமக்கிரியைகள். எதிரே பெரிய பெரிய கண்ணாடி வைத்து அதில் வண்ண வண்ணப்பூக்கள் பார்டர் போட்ட பெயிண்ட். வாயில் ஆங்கில எஸ் போல வளைந்த மூக்கு வைத்த தண்ணீர் பாட்டில்கள். முதல் முறை க்ராப்புக்குப் போகும் போது அதிலிருந்து புறப்படும் வசீகரச் சப்தமும் தலையில் பூத்தூறல் தூவும் சுகமும் அடுத்து வரும் அரவட்டை கட்டுக்கு சத்தியமாகப் பொருத்தமே இல்லாத கட்டியம்.

“முத்து, போன தரம் என்ன ஏகப்பட்ட தல மயிர் பாக்கி வெச்சுட்ட. இந்தத் தரம் நல்லா ஒட்ட வெட்டி விடு.” இவனைக் கொண்டு விடும்போது அப்பா ஒவ்வொரு முறையும் இதேதான் சொல்லுவார்.

“அதெல்லாம் நா பாத்துப் பண்ணிடறேனுங்க.”

ஏழாவது படிக்கும் வரை முத்துதான் இவனுக்கு பாஸ்.

“த பாருங்க தம்பி! ரொம்ப மொரண்டு பண்ணினா அப்படியே விட்டுடறேன். அப்பாகிட்ட ஆபீஸ் போம்போது சொல்லிடுவேன், அவ்வளவுதான்.”

எட்டாவது வந்தவுடன் தேறி விட்டான். “நா சொல்றபடி செய்யுங்க முத்து. அப்பா கிட்ட நா சொல்லிக்கிறேன்.”

“என்னடா இது வெட்டிண்டா மாதிரியே இல்லியே! சாயங்காலம் அப்பா வந்தா நீ மாட்டின.”

“போம்மா, இதுக்கே ராஜன்லாம் பின் பக்கமா தலையைத் தட்டி ‘சதுர வட்டை’ன்னு கேலி பண்றான்.”

ரெண்டு நாளில் தும்ம ஆரமிப்பான். "தலையில இத்தன திக்கா மயிர் வெச்சுண்டா இப்படித்தான். சொன்னா கேக்கறதே இல்ல."

"தலயில மயிர் திக்னெஸ்ஸுக்கும் சைனஸுக்கும் சம்மந்தமே இல்ல."

டாக்டர் கோபாலன் சொல்லும்போது அப்பா அவரிடம் சைகை காண்பித்ததை இவனே ஒரு முறை பார்த்துவிட்டான்.

முத்து நன்கு கொழித்தான். இந்தப் பக்கம் எர்ஸ்கின் ரோடு, ஸ்டேஷன் ரோடு அங்கே பால் பண்ணைத் தெரு கள்ளு தென்னைத்தெரு ஏன் அக்ரகாரத்திலிருந்து கூட வாடிக்கை வர ஆரம்பிக்க, அவன் இரண்டே வருடங்களில் கடையை விரிவு படுத்தினான். இடது பக்கம் காலியாயிருந்த இருநூறு சதுர அடியை அவனுக்கு வாடகைக்கு விட்டார் வெங்கடேச ரமணா கடை பெருமாள்.

மாவு அரைக்கும் மெஷீன் கடை இருக்கே, அதுக்குப் பக்கத்தில் சின்னதாக இன்னொரு இடம் எடுத்து சின்ன கடை போட்டு அதில் முத்துவின் தம்பி குப்பனை விட்டான். இந்த குப்பன் முத்துவை விட மோசம். பதினைந்து வயசுக்குக் குறைவாய் யார் வந்தாலும் மெஷின்தான். கத்திரியைத் தொடவே மாட்டான். எலி கடித்தாற்போல பின் பக்கம் கொந்தி விட்டு அதிலும் ஒரு சீராக இல்லாமல் கொசகொசவென்று ஆக்கி அனுப்புவான்.

ஒன்பதாம் லீவில் சாமிநாத குருக்கள் பையன் கோதண்டராமனுக்கு பூணல் போட்டபோது முத்துதான் சம்ஸ்கார முண்டனத்துக்கு வந்தான். பத்து ரூபாய் தட்சணை வாங்கிண்டாலும் அவனுக்கு ரெண்டு ரூபாய்க்கு காமா பேனா ஒன்று பரிசளித்தது நினைவில் இருக்கிறது. காலெஜுூம்போது கூட முத்துவிடம்தான் மாதாந்திர கேசகர்த்தனம்.

"என்ன தம்பி, ஏதோ பிகாம் படிப்பாமே. அப்பா சொன்னாரு, பெரிய ஆளாய்டுவ என்னல்லாம் மறக்காத."

தஞ்சாவூர் மெடிக்கல் காலேஜில் அக்கவுண்ட்ஸில் சேர்ந்து இடம் மாறி திருமணம் குழந்தை ஆனபின் ஒரு முறை மலையன்குளம் வந்தபோது முத்துவின் கடை இல்லை.

"அவன் இப்ப பெரிய ஆளாயிட்டான் தெரியுமா?"

"இங்க பின்னால மாருதி ஒயின்ஸ் கடை அவுனுதுதாண்டா."

“சலூன் என்ன ஆச்சு?”

“வெங்கடேச ரமணா கடையையே வாங்கி அதைச் சின்னதாகச் சுருக்கிட்டு, முத்து பாப்புலர் சலூனை பெரிசாக்கிட்டான். ஸ்டேஷன்லேர்ந்து வரும்போது பாக்கலியா, ஏஸி சலூன், அது அவுனுதுதான். இப்ப அவன் வேலையெல்லாம் பண்றது இல்ல.”

“போடு சக்கை.”

“அப்புறம் அந்த நடராஜா டாக்கீஸுக்கு எதிர ஒரு கல்யாண மண்டபம் கட்டிருக்கான். அதோட வாசல்லதான் சாயங்காலம் உக்காந்திருப்பான்.”

அடுத்த நாளே சாயங்காலம் அந்தப் பக்கம் போகும்போது இவன் முத்துவைப் பார்த்தான். வெள்ளைச் சட்டை, காவி கலர் வேஷ்டி. முகத்தில் தாடி, சீராக வெட்டப்பட்டு ஆரோக்கியமாக இருந்தது. இவனைப் பார்த்தபோது கண்ணில் மாற்றம் இல்லை. அருகில் போனான்.

“என்ன முத்து எப்படி இருக்கீங்க? என்னைத்தெரியுதா?”

தன் ஞாபகத்தில் நிரடித்தோற்றுப்போன முகபாவம். சொன்னான்.

“அப்டீங்களா? இருக்கும் இருக்கும். டேய், மண்டபத்த ஒழுங்காப் பெருக்குடா நாளைக்கு விசேஷம் இருக்குல்ல.” உள்ளே பார்த்து சத்தம் போட்ட முத்து நாற்காலியில் மறுபடி சாய்ந்து உட்கார்ந்து கொண்டு விட, இவன் நகர்ந்து வந்துவிட்டான். அந்த முறை தஞ்சாவூர் திரும்பினதும்தான் முடி வெட்டிக்கொண்டான்.

# நெருங்கின உறவினர்

நாராயணசுவாமி கோவில் அக்ரகாரத்தில் சுவாமிநாத குருக்கள் வீட்டிற்கு மூன்றாவது வீடு ராமாமிர்தமுடையது. வீட்டில் அவரும் மனைவியும்தான். பிள்ளை யாரோ வடக்கிந்தியப் பெண்ணை கல்யாணம் பண்ணிக்கொண்டு வேட்டகத்தோடு சூரத்துக்குப் போய்விட்டான்.

"அவனை வீட்டில சேக்கப்படாது சொல்லிட்டேன்."

ராமாமிர்தம் ஆவேசமாகச் சொல்லியபடி சில வருஷங்களாக அதே பிடிவாதத்துடன் இருந்தார். ஆனாலும் தாயார் அவ்வப்போது வெங்கடேச ரமணா கடைக்குப்போய் பிள்ளை தவறாமல் போடும் கடுதாசை அங்கேயே படித்துவிட்டுக் கிழித்துப் போடுவாள். தானும் இரண்டு பைசா அதிகமாக விற்கும் கார்டை வாங்கி நுணுக்கி நுணுக்கி எழுதிப்போடுவாள். இந்தச் சமாச்சாரம் ஒன்றும் ராமாமிர்த்துக்குத் தெரியாது. போன வாரம் ஒரு நாள் சுவாமிநாத குருக்களின் மனைவி அம்புஜம் ராமாமிர்தம் வீட்டிலிருந்து ஒரே சத்தமாக கேட்டதால் அங்கே போய்ப் பார்த்தாள். தலையில் ரத்தத்துடன் ராமாமிர்தம் வெளியில் நடந்து போனதைப் பார்த்துப் பதைபதைத்துப் பயந்து போய் தன் வீட்டுக்குத் திரும்பிவிட்டாள். மாலை சுவாமிநாத குருக்களிடம் சொன்னாள்.

“ராமாமிர்தம் வீட்டு வெவகாரம் நமக்கு ஏண்டி? அந்த ஆசாமிய பாம்புன்னும் தாண்ட முடியாது பழுதன்னும் மிதிக்க முடியாது. விடு.”

ஆனாலும் அம்புஜத்துக்கு மனசு கேட்கவில்லை. ரகசியமாக ராமாமிர்தம் வீட்டையே கவனித்து வந்தாள். அடுத்து வாரம் முச்சூடும் ராமாமிர்தம் வீட்டில் எந்த விதச் சலனமும் இல்லை. ஆசாமி வாசலில் தென்படக்காணும். மாமி எப்பவாவது வாசலுக்கு வருவார். அவரையும் காணவில்லை. சுவாமிநாத குருக்களுக்கே கவலையானது.

“என்ன தாண்டி ஆச்சு இந்த ராமாமிர்ததுக்கு?”

“தெரியல. மாமியும் ஆளையே காணும்.”

எதேச்சையாக வாசலில் வந்து பார்த்தால் தலையைக் குனிந்துகொண்டு ராமாமிர்தம்.

“என்ன ஓய், கண்ணுலயே காணுமே? ஏதாவது ஒத்தாசை வேணுமா?”

சுவாமிநாத குருக்கள் பேச்சையே கேட்காதவாறு பாவனையுடன் ராமாமிர்தம் சரேலென்று நகர்ந்து அவர் பார்வையிலிருந்து ஒதுங்கி அந்தப் பக்கம் போனாலும் அவர் நெற்றியில்...

அப்படியே கோவில் பூஜைக்குப் போய்விட்ட சுவாமிநாத குருக்கள் மதியம் சாப்பாட்டிற்கு வீடு வந்தபோது அம்புஜத்திடம் சொன்னார். அம்புஜம் ஒரே சிரிப்பாய்ச் சிரித்தாள்.

“இன்னிக்கு மாமி வந்திருந்தார்.”

“என்னவாம்? கார்த்தால மனுஷன் என்னைப் பார்த்ததும் ஓட்டமாய் ஓடினாரே.”

“எப்போதும் போலத்தான்.”

போன வாரம் ராமாமிர்தம் ஸ்டேஷன் ரோடு அந்தப்பக்க முனையில் இருக்கும் கோவாப்பரேட்டிவ் ஃபண்டாபீசுக்குப் போயிருக்கிறார். செம்பனார்க்கோவில் பாங்கில் சர்வீஸே சரியில்லையாம். ஒவ்வொரு தரமும் பாஸ் புக் அப்டேட் பண்ணவே ஒரு மணி நேரம் காக்க வைக்கிறார்களாம். அதோட கோவாப்பரேட்டிவ் பாங்க் இந்தூரிலேயே இருக்கிறதே என்று அங்கே போய் ஒரு கணக்கு திறக்க மானேஜரைப் பார்த்திருக்கிறார்.

“வாங்க சார், புது அக்கவுண்ட்தானே. இப்பவே ஓப்பன் பண்ணிடலாம். செம்பனார்க்கோவில் பாங்கு பாஸ்புக்க கொடுங்க.”

ராமாமிர்தம் அப்ளிகேஷனை எழுதிக்கொடுத்தாராம். வேலை முடிந்து வீட்டுக்கு வந்துவிட்டார். குளித்துச் சாப்பிட்டு ஒரு குட்டித் தூக்கம் போட்டுவிட்டு காபியும் குடித்தாகி விட்டது.

“இந்த எலக்ஷன் சமாச்சாரம் பத்தி பேப்பர்ல என்ன போட்ருக்கான்னு பாக்கணும். காங்கிரஸ் தோத்துடும்னு பேசிக்கறா எல்லாரும். நா போய் ஸ்டேஷன்ல மாலை முரசு வாங்கிண்டு வரேன்”னு புறப்பட்ட ஐந்தாவது நிமிடம் வீட்டுக்கு ஓர் ஆசாமி வந்திருக்கிறான்.

“இது ராமாமிர்தம் வீடா?”

“ஆமாம். அவர் வீடுதான்”

“சார் இருக்காரா?”

“இல்ல, இப்பத்தான் வெளில போனார்.”

“அப்ப நீங்க?”

“அவர் ஆம்டையா பேசறேன்.”

“என்னது ஆம்டயாளா? நீங்க இருக்கீங்களா?”

“என்னது? என்ன கேள்விப்பா இது! ஆம்டயா வீட்ல இல்லாம..?”

“மன்னிச்சுடுங்கம்மா, அவர் காலையில இங்க அக்கவுண்ட் ஓபன் பண்ன வந்தபோது இல்லேன்னு சொன்னாரே.”

“இல்லேன்னு சொன்னாரா? அதென்னவோ நாந்தான் அவர் ஆம்டயா. நீங்க அரை மணிக்கப்றம் மறுபடி வாங்கோ இல்லேன்னா இப்படி மோர் குடிச்சுண்டே கொஞ்ச நேரம் செத்த உக்காருங்கோ. அவர் வந்தாவுட்டு பேசிக்கலாம்.”

மாமி மோரு கொடுக்க, அதை அப்படியே டம்ளரை மேலே தூக்கிக் குடித்தார்.

“மாமி! நா கொஞ்சம் மெதோடிஸ்ட் சர்ச் வரைக்கும் போய்ட்டு வந்துர்ரேன். சார் வந்தா கேட்டு வெய்ங்க.”

“என்னத்த நியூஸ் போடறான். திராபை. மழை வருங்கறான், வரமாட்டேங்கறது. வராதுங்கறான், கொட்டித்தீர்த்துடறது.”

“வாங்கோ.”

“என்னடிது? நா என்ன கடல் கடந்தா போய்ட்டு வரேன்? கடைக்குத்தானே போனேன்.”

“உங்க சமாச்சாரம்தான் எல்லாம் மஞ்ச மசக்க பச்சப்பசேல்ன்னு புதிரா இருக்கே?”

“இப்ப நீ என்ன புதிர் போடறே?”

“ஃபண்டாஃபீஸ்லேர்ந்து வந்திருந்தா.”

“என்னவாம்? நாந்தான் எல்லா டாக்குமெண்ட்டும் குடுத்துட்டேனே.”

“அவருக்கு ஆச்சரியம்! உங்க ஆம்டயா நா ஒருத்தி இருக்கேன்னு?”

“என்னடி புதுசா என்னென்னவோ சொல்றே?”

“நீங்க ஆம்டயாளே இல்லேன்னு சொன்னேளாமே?”

“ஓ அதா? அப்ளிகேஷன்ல நெருங்கிய உறவுக்காராட்டேர்ந்து கையெழுத்து வாங்கணும்னார். எனக்கு நெருங்கிய உறவுக்காரா யாரும் இல்லேன்னேன். உங்க மனைவிட்ட வாங்கிடுங்கொன்னு சொன்னார். மனைவியா? நெருங்கிய உறவுக்காரான்னு சொன்னேளேன்னு நான் கேட்டேன். ஹாஹா! ஹாஸ்யத்தைப் புரிஞ்சுக்கலையா அந்த அசமஞ்சம்.”

காலையில் சுவாமிநாத குருக்கள் கோவிலுக்குக் கிளம்பின சமயம் ராமாமிர்தம் திண்ணையில் உட்கார்ந்திருந்தார். அவர் நெற்றியில் நேற்றைய மஞ்சள் படிந்த பாண்டேஜ்.

# டெக்னிக்கல் இன்ஸ்டிட்யூட் காதல்

நடராஜா டாக்கீஸிலிருந்து ஆரம்பித்து ஒரு சின்ன வளைவுடன் போகும் தெருவுக்குப் பண்ணைத்தெரு என்று பெயர். காரணம் அது சென்று முடியும் இடம் சாமிநாது பண்ணை. ஆம் ஏனோ அது சாமிநாதன் இல்லை சாமிநாதுதான். இப்போது இருக்கும் பண்ணையார் சந்திரமௌலியின் அப்பா. அவர் யாரோ ஒரு வெள்ளைக்கார துரை மாயரம் கலெக்டராக இருந்தானாம். அவனுக்கு நெறைய சகாயம் பண்ணினதுக்காக என்ன சகாயம் பண்ணினார் என்று கேட்டால் 'சின்னப் பையன்களுக்கு என்னடா வம்பு வேண்டிக்கிடக்கு' என்று விரட்டி விடுவார்கள். இந்த இடத்தை அவருக்குக் கிரயம் பண்ணிக்கொடுத்துட்டு போய்ட்டான் என்பார்கள். அரசாங்க சொத்தாக இருந்திருக்கும் அவனுக்கு என்ன போச்சு.

பண்ணைத்தெரு மிக நீண்ட, அதாவது மலையன்குளத்திலேயே நீண்ட தெரு. அந்தப்பக்கம் ரஹிம் தோட்டத்தில் ஆரம்பித்து இந்தப்பக்கம் சாமிநாது பண்ணையில் முடியும். பண்ணையைத் தாண்டினவுடன் அதற்குப் பெயர் மாறி பேரளம் ரோடு என்றாகிவிடும். அந்த தெருவில் பஞ்சாயத்து யூனியன் ஸ்கூல் தாண்டின பிற்பாடு வரும் சாமிநாதுவின் பண்ணை வீட்டோடு தெரு திரும்பும்போது அதற்குத் தாளாளர் தெரு என்று பேர். அந்த முச்சந்தியில், அதான் தாளாளர் தெரு, பண்ணைத் தெரு மற்றும் கழுகு மலை ரோடு சந்திப்பில் ஓர இடம்தான் ஏ டு இஜட் டெக்னிகல் இன்ஸ்டிட்யூட்.

இரண்டு மாடி வீடு. எப்போதோ அடித்த கோபி மஞ்சள் பெயிண்ட் வெயிலிலும் மழையிலும் மங்கிப்போய் உள்ளே வெட்கமின்றித் தெரியும் சிமெண்ட் காரைகளோடு இருக்கும். கீழ் வீட்டில் ஒரு குடும்பம். அதில் இரண்டு இளம் பெண்கள்.

மாடியில் வாசல் பார்த்த மாதிரி எப்போதோ இருந்த பால்கனியில் க்ரில் போட்டு காத்தாட இருக்கும். அதன் மேற்புரத்தில்தான் சன்ஷேடை ஒட்டியவாறு நீல கலர் போர்டில் 'ஏ டு இஜட் டெக்னிகல் இன்ஸ்டிட்யூட்' என்று எழுதி வைத்திருப்பார்கள். டெக்னிகல் என்றால் ஏதோ இஞ்சினீயரிங் சமாசாரமெல்லாம் இல்லை. டைப்ரைட்டிங் மற்றும் ஷார்ட்ஹேண்ட் இன்ஸ்டியூட், அவ்வளவுதான். தொள்ளாயிரத்து அறுபது எழுபதுகளில் பத்தாம் க்ளாஸ் வந்தாலே வீட்டில் துரத்தி டைப்பிங் அடிக்க அனுப்பிவிடுவார்கள்.

"தெரியுமோனோ, நான் நிமிஷத்துக்கு எண்பது வார்த்தை அடிப்பேன்."

"நான் ஒரு லெட்டர் ட்ராஃப்ட் பண்ணினா எங்க ஆஃபீசர் படிக்காமயே கையெழுத்துப் போட்டுடுவான்."

இதெல்லாம் அந்தக்காலத்துப் பெரிசுகள் மார் தட்டிக்கொள்ளும் வீர சாகசங்கள். அத்தனையும் ஒரு குமாஸ்தா வேலைக்குத் தவிர வேறு ஒன்றுக்கும் பயன்படாது என்பதைச் சின்னப் பையன்கள் சொல்லப் பயப்படுவார்கள்.

நிற்க.

ஏ டு இஜட் டெக்னிகல் இன்ஸ்டிட்யூட்டில் காலை ஆறு மணியிலிருந்து ஆரம்பித்து இரவு ஒன்பது வரை கொட கொடவென டைப்பிங் சத்தம் கேட்டுக்கொண்டே இருக்கும். அப்பப்போ உரத்த குரலில் ஹிந்து பேப்பர் தலையங்கம் படிக்கும் சத்தமும். ஓனர் ரங்கநாதன் ஷார்ட் ஹேண்ட் டிக்டேஷன் கொடுப்பார் என்பார்கள்.

மேற்சொன்ன அந்த ரங்கனாதன் அவ்வப்போது பால்கனி க்ரில் பக்கம் தென்படுவார். ஒல்லியாக இருப்பார். முகத்தில் ரெண்டு நாள் ஷேவ் செய்யப்படாத முள் தாடி. பழுப்பான வேஷ்டி கட்டி அரைக்கை வெள்ளை அல்லது மஞ்சள் சட்டை. மேல் பட்டன் திறந்தே இருக்கும். வாயில் எப்போதும் வெத்தலை பாக்கு குதப்பல். நிறைய இருமுவார்.

"என்னமா இங்கிலிஷ் பேசறான் பார். இங்க நின்னு நீயும் ரெண்டு வார்த்தை கத்துண்டா உருப்படலாம்."

இது மலையன்குளத்து அப்பா அம்மாக்கள் தத்தம் பிள்ளைகளை சவட்டுவதற்கு பயன்படுத்தும் வாக்கியம். முன் பல் தூக்கி, கொஞ்சம் அந்த கோலினாஸ் பேஸ்ட் விளம்பர அணில் மாதிரி முகத்துடன் இருக்கும் கோண்டு என்னும்

கோதண்ட ராமன் இந்த வாக்கியத்தை வேத வாக்காக எடுத்துக்கொண்டு தினமும் காலை ஏழிலிருந்து ஏழரை வரை அந்த வீட்டு வாசலில் நிற்கலானான்.

“கடங்காரன் மாதிரி தெனமும் வந்துர்ரான். ரெண்டு பொண்ணப் பெத்து வெச்சிண்டுருக்கேன். அடிச்சு விரட்டுடா அந்தக் காலிப்பயல” என்று கீழ் வீட்டு மாமி பண்ணின ரகளையில், மாமியின் மூத்த பையன் ஒரு புளிய மிளாரை எடுத்துக்கொண்டு கோண்டைத் துரத்தின அந்தச் சுபயோக காலையிலிருந்து கோதண்டின் ஆங்கில அப்யாசம் அகாலமாக முடிவடைந்தது.

“ஏண்டா இன்னிக்கு என்ன ப்ரம்ம முஹூர்த்தம் தப்பிப்போய்டுத்தோ, ஏ டு இஜட் இன்ஸ்டிட்யூட்டுக்குப் போலையா” என்று அவனை சத்தாய்த்த தாத்தாவை கோதண்டு, அய்யங்கார்கள் சொல்லக்கூடாத கெட்ட வார்த்தையிலேயே திட்டினதை இவனே காதால் கேட்டான். எட்டு மணிக்கு பையன்கள் ஸ்கூலுக்குப் போகும்போது வாசலில் இருபதுக்கு மேல் சைக்கிள்கள் நிற்கும். அதில் பாதிக்குப் பாதி லேடீஸ் வண்டிகள்.

“திங்கள், புதன் வெள்ளியன்று ரத்னா வர்ராடா அதும் முழங்கால் பாவாடை கட்டிண்டு” என்று அந்த ரத்னா சைக்கிளில் ஏறும் திவ்ய தரிசனத்தைக் காணத் தர்மனும் சுரேந்திரனும் தவறாமல் போய் ஏமாந்து வருவார்கள். இவனைக் கூட பல சமயம் கூப்பிட்டுப் பார்த்தார்கள். இவனுக்கு ஆசைதான் என்றாலும் ஏதோ ஒரு வெட்கமும் கூச்சமும் தடுத்து விட்டது.

“ஒரு நாளாவது அவ ஜெண்ட்ஸ் சைக்கிள்ள வந்தா எப்படி இருக்கும்.” என்று அவர்கள் பேசிக்கொண்டது இவனுக்கு அப்போது புரிந்தாற்போல இருந்தது.

ஏ டு இஜட் இன்ஸ்டிட்யூட் சுவரை ஒட்டினாற்போல் இருக்கும் தாளாளர் தெரு ஓரத்தில் சின்னதாகக் கூரை போட்டு நாடார் காய்கறிக் கடை வைத்திருப்பார். இவன் வீட்டில் எப்போதும் அந்தக் கடையில்தான் வாங்குவார்கள். அந்த நாடாரின் உறவுக்காரப் பையன், சண்முகக்கனி என்று பெயர் ஞாபகம், பகலில் வீரப்ப மிடில் ஸ்கூலுக்கு வந்துவிட்டு மற்ற நேரங்களில் கடையில் வேலை செய்வான். தமிழ் மீடியம் படித்தான்.

“பாரு அவன, படிக்கவும் படிச்சுண்டு கடையில வேலையும் செய்யறான். ஒரு நாளைக்கு நா ஏதானும் வேலை சொன்னா

உடனே 'அப்பறம் மாத்ஸ்ல எவ்வளவு'ன்னு கேக்காதன்னு நீ குதிக்கற." இவனைச் சவட்ட சண்முகக்கனி அப்பாவுக்குப் பயன்படுவான்.

ஒரு வாரத்துக்கான காய்கறி மூட்டையைத் தூக்கி வருவதற்காக அம்மா இவனையும் வரச்சொல்லி அழைத்துப் போவாள். ஒன்பதாம் க்ளாஸ் வரும் வரை புளிப்பு மிட்டாய் லேக்கா உருண்டை என்று லஞ்ச பேரம் பண்ணின இவன் அதற்குப் பிறகு எந்த லஞ்ச லாவண்யங்களும் இல்லாமலே அம்மாவோடு அந்தக் கடைக்கு வர ஆரம்பித்த காரணம் ஏ டு இஜட் இன்ஸ்டிட்யூட்டின் கீழ் வீட்டில் இருக்கும் இரு பெண்கள். பெரிய பெண் அப்போதே ஏ.வி.சி காலெஜுக்குப் போய் வந்து கொண்டிருக்கும். ரெட்டைப் பின்னலுடன் நல்ல வளர்த்தியாக விசுக் விசுக் என்று நடந்து போகும். பாவாடை தாவணிதான்.

ஒரு மழை நாளில் மன்னந்தாங்கல் டிரெய்னில் வந்திறங்கும் போது தாவணி தடுக்கி அவள் 'பொதக்கடீர்' என்று விழுந்ததை கோதண்டு விரசமாக விவரிப்பதை சீ சீ என்று வெறுத்துக்கொண்டே இவன் ஆவலுடன் கேட்டுக் கொண்டிருப்பான். இரண்டாவது பெண் பாவாடை சட்டை போட்டுக்கொண்டு ரெட்டைப் பின்னலுடன் பஞ்சாயத்து யூனியன் ஸ்கூலுக்குப் போகும். அதுவும் நல்ல வாட்ட சாட்டமாக உயரமாக இருக்கும். இவன் அந்தப் பெண் ஏதோ ஒன்பதாவது படிக்கும் என்று நினைத்துக் கொண்டிருந்தான். ஆனால் ரகசியமாக அவளுடைய புத்தகத்தில் பார்த்துவிட்டதாக கோதண்டு சொன்னான்.

"எழாவதுதாண்டா படிக்கிறா?"

'ஏழாவதுக்கேவா' என்று சில விடலைப் பையன்கள் பெருமூச்செறிந்த சமாச்சாரமும் உண்டு.

வ.வே.சு அய்யர் கதை போல வருடங்கள் உருண்டோடின. இவன் பி.காமெல்லாம் முடித்து தஞ்சாவூர் மெடிக்கல் காலேஜில் கிளார்க்காக சேர்ந்த பின்னர் ஒரு விடுமுறைக்கு மலையன்குளம் வந்திருந்தான். அந்த ஞாயிறன்று அம்மா "ஏதானும் ரெண்டு கறிகாய் வாங்கிண்டு வாயேன். நன்னா சமைச்சுப்போடறேன். தஞ்சாவூர் ஹோட்டல்ல தின்னு நாக்கு மரத்துப்போயிருக்குண்டா" என்று விரட்டினாள்.

சாமிநாதுவின் பண்ணை வீடு அதே மேனிக்கு கருக்கழியாமல் இருக்க, ஏ டு இஜட் டெக்னிகல் இன்ஸ்டிட்யூட்டைக் காணோம். கட்டிடத்தை இடித்துக் கொண்டிருந்தார்கள்.

பக்கத்துக் காய்கறிக்கடையில் முதலாளி ஸ்தானத்தில் சண்முகக்கனி.

"என்ன! எப்படி இருக்கே, தஞ்சாவூர்தானே?"

"ம் நல்லா இருக்கேன். ஆமா, என்ன கனி. ஏ டு இஜட் டெக்னிகல் இன்ஸ்டிட்யுட்ட மூடிட்டாங்களா?"

"ஆமாப்பா."

"என்ன ஆச்சு?"

"பெரியவரு, அதான் ரங்கனாதரு போய்ட்டாரு. அத்தோடக் குடும்பமும் சிதறிடுச்சு. எடத்த வித்துட்டங்கன்னு பேசிக்கறாய்ங்க."

"அட்டா! போய்ட்டாரரா?"

இவனுக்கு அந்த ஒல்லி வெள்ளைச் சட்டை அனாயாசமாக ஆங்கிலத்தில் தங்கு தடையின்றி டிக்டேஷன் தரும் இருமல் ஆசாமி மனதில் வந்து போனார்.

"ஏதானும் வியாதியா?"

"அதெல்லாம் இல்லப்பா! பெரிய பொண்ணு ஒரு ... .ப்பையனோடு ஓடிடுச்சு. மன்னாருடிக்கு போய்ட்டான்னு பேசிக்கிட்டாய்ங்க."

"இந்தக் காலத்துல ஜாதியெல்லாம் ஒரு விஷயமா கனி?"

"அது இல்லப்பா, ஒரே மாசத்துல உபயோகிச்சுட்டு திருப்பி அனுப்பிட்டான்."

"அடடா."

"வீட்டுல எப்போதும் ஒரே ரகளையா இருந்தது."

"கண்ட கண்ட பசங்கள்லாம் வந்து போறாங்க, இன்ஸ்டிட்யூட்டும் வேணாம் ஒண்ணும் வேணாம்னு அந்தம்மா ஒரு நாளைக்குக் கத்தி கூச்சல் போட்டு.. அதையேன் கேட்கற, அன்னிக்கு மூடினவங்கதான். ரெண்டே மாசத்துல அவர் போய்ட்டாரு. தூக்கத்துலேர்ந்து எழுந்துக்கவே இல்லை."

"அடப்பாவமே."

"அத்தோட போச்சா? அந்தச் சின்னப்பொண்ணும் ஓடிடுச்சி."

அப்போதுதான் இவனுக்குச் சில மாதங்களாக மலையன்குளம் வரும்போதெல்லாம் கோதண்டுவைப் பார்க்கவேயில்லை என்பது நினைவுக்கு வந்தது.

# மகன் (ள்)

ஐந்தடி உயரம்தான், ஆனாலும் லட்சணமான முகம். சின்ன பொட்டு வைத்து ஒரு அரைப் புன்னகை முகமாக இருப்பார் கமலா டீச்சர். வீரப்ப மிடில் ஸ்கூலில் ஆறு, ஏழு, எட்டு க்ளாசுக்கு கணக்கு எடுப்பார்.

திருமணமாகி ரமேஷ் பிறந்து ஓரிரு வருடங்களிலேயே கணவரைப் பிரிந்து விட்டார் என்று பேசிக்கொள்வார்கள். சாமிநாதுவுக்கு தூரத்து உறவினர் என்பார்கள். ஆனால் சாமிநாதுவோ அவர் குடும்பத்தாரோ கமலாவை அடையாளம் தெரிந்தாற் போலக்கூட காட்டிக்கொள்ள மாட்டார்கள். மகா கண்டிப்பு. எப்பவாவதுதான் நல்ல சிரிப்பு முகத்தில். அதற்காகக் கடுவன் பூனையெல்லாம் இல்லை. ஸ்டாஃப் ரூமில் அதிகம் பேசிப்பார்த்ததில்லை.

அதனால் மகன் ரமேஷ் மகா செல்லம். பஞ்சாயத்து யூனியன் ஸ்கூலுக்குப் போய்விட்டு மத்தியானமே இங்கே மிடில் ஸ்கூல் ஸ்டாஃப் ரூமுக்கு வந்துவிடுவான். தந்தையைப் பிரிந்து விட்டதால் மற்ற டீச்சர்களிடம் அதிகச் செல்லத்தோடு வளைய வருவான். பையன்களும் சில பெண்களும் கூட அவனைக் கொஞ்சினால் கமலா டீச்சரின் நன்மதிப்பைப் பெறலாம் என்று ஒப்புக்குக் கொஞ்சுவார்கள். இந்தப் பெண் பிள்ளைகள் ஏகத்துக்கும் சீன் போடும்.

தர்மன்தான் "டேய், கோதைக்கு எம்மேல ஒரு கண். ரமேஷைக் கட்டிக்கிறா மாதிரி என்னைப் பாக்கறா" என்று புரளியாகப் பேசிக் கொண்டிருப்பான். எட்டாங்கிளாசுக்கு இது அதிகம் என்பதால் மற்ற பையன்கள் வெட்கத்தோடு ஸ்தலத்தை விட்டு விலகுவார்கள்

ராஜேந்திரன் என்ற பையன் குள்ளமாக இருப்பான். ரஹீம் தோட்டம் தாண்டி இருக்கும் ஒரு சின்ன சேரிப் பக்கத்திலிருந்து வருவான். உருண்டையாக இங்கேயும் அங்கேயும் குதித்துக் குதித்து எதிரணியில் ரெண்டு பேரையாவது அவுட் பண்ணி விடுவான். எதிரணி இந்தப் பக்கம் கபடி வரும் போது. ராஜேந்திரன் சட்டென்று பாய்ந்து காலைக் கட்டிப்பிடித்துக் கொண்டு விட்டால், மற்றவர் பாய்ந்து எதிரணி ஆசாமியை அமுக்கி விடுவார்கள். சில சமயம் மாட்ச்சுக்கான பேரங்களில் ராஜேந்திரன் அடிபடுவதுண்டு.

"எங்க டீமில் ரமணி இல்லை. அதனால நீங்க இந்த மாட்ச்சுக்கு ராஜேந்திரனை டீமில் எடுக்கக்கூடாது."

"ராஜேந்திரன் உண்டா? அப்படீன்னா நாங்க ஏழுபேர், நீங்க ஆறு பேர்."

"சரி, ஒத்துக்கறோம், ஆனால் ராஜேந்திரன் கபடி வரக்கூடாது."

இது போன்ற ஷரத்துக்களை ஏற்படுத்தும் அளவுக்கு விற்பன்னன். எப்போது கபடி மாட்ச் போட்டாலும் ராஜேந்திரன் இல்லாமல் எட்டாங்கிளாஸ் பையன்கள் விளையாடப் போகமாட்டார்கள். ஹெட்மாஸ்டர் இன்னும் சில டீச்சர்கள் கூட 'என்னடா எப்பப்பாரு ராஜெந்திரன் ராஜேந்திரன்னு அவன் டீம்ல இல்லாட்டா என்ன குடி முழுகிப்போய்டும்' என்பதன் சமூக அநீதிக் காரணங்களைச் சின்னப் பையன்கள் புரிந்துகொள்ளவில்லை.

க்ளாசில் முதலும் இல்லாமல் கடைசியும் இல்லாமல் நடுவில் ஒரு ரோவில் உட்கார்ந்திருப்பான். கணக்கு சுத்தமாக வராது. வீட்டுப் பாடமெல்லாம் முழுசா காப்பி அடிப்பான் தினமும் காலை ஸ்கூலுக்கு முதல் ஆளாக வந்துவிட்டு, க்ளாசுக்கு வருபவர்களிடம் நோட் வாங்கி மும்முரமாகக் காப்பி அடித்து கமலா டீச்சர் க்ளாசுக்குத் தயார் பண்ணிக்கொள்வான்.

"எப்பிடிறா பரிட்சையில சமாளிக்கற?"

“அதா? சுகுமார் காய்ன்ப்போம், இல்லாட்டா சம்பத் காய்ன்ச்சா காய்ன்ப்போம்.”

இதை நீங்கள் அப்படியே எழுதினபடி படித்தால் ராஜேந்திரனின் உச்சரிப்பு ஒருவாறு புரியும். அந்த வருடக் கால் பரிட்சையில் நடந்த சம்பவம்.

கமலா டீச்சர் தன் பரிட்சைக்கு வேறு யாரையாவதுதான் சூபர்வைசராக வரச்சொல்லுவாள். அந்தத் தரம் சுமதி டீச்சர் வந்தார். இரண்டே வருடங்களுக்கு முன்னால்தான் வேலைக்குச் சேர்ந்திருந்த சுமதி டீச்சரை ஆறாம் வகுப்பு பசங்களே கோட்டா பண்ணும் அளவுக்குச் சாது. ராஜேந்திரன் சொஸ்தமாகக் காப்பி அடித்துக் கொண்டிருக்கும்போது சுமதி டீச்சர் பார்த்தும் பார்க்காதது போல விட்டுவிட்டாள்.

திருத்தும்போது கமலா டீச்சர் கண்டுபிடித்து விட்டாள். கொஸ்டின் பேப்பரிலிருந்து எடுத்து எழுதும்போது 54ஐ தப்பாக 45 என்று சுகுமார் எழுதி தப்பாகப் போட்ட அதே மாதிரி பக்கத்து சீட் ராஜேந்திரனும் போட்டுவிட, கமலாவுக்குச் சந்தேகம் வந்துவிட்டது. சுமதியைக் கூப்பிட்டு விஜாரித்திருக்கிறாள்.

“அந்தக் குள்ள பையந்தானே ஆமா, அவன் முழுக்க முழுக்க காப்பிதான் அடித்தான். நாந்தான் கால் பரிட்சைதானேன்னு விட்டுட்டேன்” என்று சுமதியும் அசால்ட்டாகச் சொல்லிவிட அவ்வளவுதான்.

ராஜேந்திரன் ஃபெயில். அதோடு இனிமேல் கணக்கு க்ளாசுக்கு வரக்கூடாது என்று தடைபோட்டார், அது மட்டுமில்லை, சுமதியுடன் பேசுவதையே நிறுத்தி விட்டார். இவன் SSLC முடிக்கும் வரை சுமதியுடன் பேசவே இல்லை. மற்ற டீச்சர்கள் சமாதானம் செய்து வைக்க முயல நிர்தாட்சண்யமாக சுமதியுடன் பேச மறுத்து விட்டார். பள்ளி சம்மந்தப்பட்ட கல்யாண விசேஷங்களுக்கு அழைக்கப்போனால் கூட, “சுமதி வராளா” என்று கேட்பார். வரவில்லை என்றால்தான் கமலா டீச்சர் வருவார்.

இவன் ஒரு தரம் தஞ்சாவூரில் கமலா டீச்சரைப் பார்த்தான்.

“ரமேஷ் இப்போ போபாலில் என்ஜினீயரிங் படிக்கிறான். நல்ல மார்க் எடுக்கறான்.”

ஏழெட்டு வருஷங்களுக்குப் பிறகு ஒரு நாள் இவன் மெடிக்கல் காலேஜ் ரோடு ஜோதி மெஸ்ஸில் சாப்பிட்டு விட்டு

காலேஜுக்கு வரும் வழியில் அண்ணாசாமியைப் பார்த்தான். இந்த அண்ணாசாமி சாமிநாதுவில் காரியஸ்தராக இருந்தவர்.

"என்ன இவனே, சௌக்கியமா? இங்க வேலைக்கி வந்தப்றம் நம்மூர் பக்கமே வர்ரதில்லையே?"

"இல்லியே வந்துண்டு இருக்கேனே, இப்ப நவராத்திரிக்குக்கூட வந்திருந்தேனே."

"ஓ நா பாக்கல. கமலா டீச்சராத்துல ஒரு அக்கப்போரு. அதக்கவனிடான்னு பண்ணையா அண்ணா என்னைத் தள்ளிவிட்டுட்டார்."

"கமலா டீச்சர் வீட்லயா? என்ன ஆச்சு?"

ரமேஷ் நன்றாகப் படித்து பி.ஈ முடித்து டீ.வீ.எஸ் கம்பெனியில் நேராக செலக்ட் ஆகி வேலைக்குச் சேர்ந்தான். இரண்டே வருடங்களில் அவனின் கடின உழைப்பால் மானேஜராக உயர்ந்தான். அவனுடைய புத்திசாலித்தனத்துக்கும் அழகுக்கும் ஏற்றவளாய் ஒரு பெண்ணை அவன் அம்மா பார்த்து மணமுடித்து வைத்தாள். ஆறு மாதத்தில் அவனுக்கு மத்யப்ப்ரதேசத்துக்கு மாற்றல் வந்தபோது, அவன் மட்டும் போவது என்று முடிவானது. ஏனென்றால் அவன் மனைவி எல்.ஐ.ஸியில் டெவலப்மெண்ட் ஆபீசராக இருந்தாள். எதற்கு சொகுசான வேலையை விடவேண்டும். பையன் மூன்று மாதத்துக்கொருமுறை வந்து விட்டுப் போகட்டுமே.

முதல் வருடத்தில் ஒழுங்காய் மூன்று மாதத்துக்கு ஒரு முறை வந்தவன் இரண்டாவது வருடத்தில் ஒரே ஒரு முறைதான் சென்னை வந்தான். கேட்டதற்க்கு ஆபீசில் வேலை என்றான். அம்மாவையும் மனைவியையும் அந்தப் பக்கம் வரவழைக்க முயலவேயில்லை. பிற்பாடு விஷயம் தெரிந்துவிட்டது. அங்கே ஒரு பஞ்சாபிப் பெண்ணை காதலித்து, கல்யாணம் பண்ணி ஒரு பிள்ளையும் பிறந்துவிட்டது.

அண்ணாசாமி பெரிசாக பிரஸ்தாபித்தார்.

"அவாத்துல ஒரே ரகளைப்பா, முத சம்சாரத்துக்கு ரத்து பண்ணி பெருசா ஒரு தொகயத் தந்துடறேன்னுட்டான். அந்தப் பஞ்சாபிப் பொண்ண விடமுடியாதுன்னு பிடிவாதம்."

"அடேடே! என்ன ஆச்சு?"

"என்னத்த ஆறது? அந்தப் பொண்ணு லேசுப்பட்டவளா? எல்.ஐ.சியில ஆபீசரால்ல இருக்கா. அடப்போடா, நீயுமாச்சு

உம்பணமும் ஆச்சுன்னு ஒதுங்கிட்டான்னா பாரேன். எனக்குன்னு சுயகௌரவம் இருக்கு. உன்னாண்டேர்ந்து எனக்கு நயா பைசா வாணாண்டான்னுட்டா."

"ஆமா கமலா டீச்சர் என்னவானாங்க?"

"ஆரு கமலாவா? உனக்கு டீச்சர்தானே அவளைப் பத்தி தெரியாதா? எம்பேச்சைக் கேக்காத நீயெல்லாம் எனக்குப் புள்ளையே இல்ல போடான்னு விரட்டிட்டா தெரிமா?"

"இப்ப அவங்க எங்க இருக்காங்க?"

அண்ணாசாமி தன் வாயில் ஒழுகின வெத்தலை சாறை புளிச்சென்று துப்பினார். அழுக்கு துண்டால் வாயைத் துடைத்துக்கொண்டார்.

"அந்தப் பொண்ணுகூட எல்.ஐ.சியில புரொமோஷன்லாம் கிடைச்சு நல்ல சம்பளம் வாங்கறாளாம். ஜாம் ஜாம்னு மாமியாரும் மாட்டுப்பொண்ணுமா இப்ப கும்மோணத்துல இருக்கா. சொந்த வீடு வாங்கிட்டா. போன மாசம் பண்ணையாரோட நில சம்மந்தமா ஒரு வியாஜ்யம். அதுக்கு கும்மோணம் போனபோது ரெண்டு வேள அவாத்துலதான் சாப்ட்டேன். அப்பா இவனே, நீ ஊர்ப்பக்கம் வந்தா இதப் பண்ணையார் அண்ணாவாத்துல யார் காதுலயும் போட்டுடாத புண்ணியமாப்போகும்." அண்ணாசாமி மறுபடி வாயைத் துடைத்துக்கொண்டு எதிர்ப்புறமாக போக, இவன் துள்ளல் நடையுடன் காலேஜுக்கு திரும்பினான்.

# தெய்வானை

கள்ளுத்தென்னை தெருவில் டாக்டர் கோபாலன் வீடெல்லாம் தாண்டின பிற்பாடு தெரு சின்னதாக ஒரு வளைவு தமிழ் எழுத்து 'ப' மாதிரி, வளைந்து உள்ளே போய் யூ டர்ன் அடித்து வந்து மறுபடி கள்ளுத்தென்னை தெருவில் சேர்ந்து கொள்ளும். அங்கு அதிகம் வீடுகள் இல்லை என்றாலும் தெய்வானை வீடு பிரசித்தம். ஊர்ப்பெண்கள் அவளை மதிக்க மாட்டார்கள்.

"இதெங்கடி இங்க வந்து சேர்ந்தது."

மெதோடிஸ்ட் சர்ச் பாதிரி கூட 'தட் டெட் எண்ட் ரோடு லேடி' என்று அவளை விளித்து ஞாயிற்றுக்கிழமை பேச்சில் சற்றே சூசகமாக இழித்துச் சொல்லுவார். என்னதான் அலுத்துக்கொண்டாலும் அவர்களில் பலருக்கு முன்பே இந்த ஊருக்கு தெய்வானை வந்துவிட்டாள். தெய்வானையை நீங்கள் சின்ன வயசில் பார்த்திருக்க வேண்டும்.

மருதாநல்லூர் அலங்காரத்தின் அழகும் வாசாலகமும் சாமர்த்தியமும் சுத்து வட்டாரத்தில் பிரபலம். அவளின் முந்தானையில் முடிந்து வைத்திருந்த பெரிய மனுஷர்களில் இரண்டொரு மிராஸ்தார்களும் ஏதோ தெலுங்கு சமஸ்தானத்து இளவலும் உண்டு என்பார்கள். ஒரு சமய சந்தர்ப்பம் தெரியாமல் அலங்காரம் அஜாக்கிரதையாலோ என்னவோ, நாள் கணக்கு தப்பிக் கருவுற்றுவிட்டாள், தேவதாஸிகளின் வாடிக்கைக் கனவுப்படி பெண் பிறந்தாள். 1932ம் வருஷம், அக்டோபர் 15 ம் தேதி டாடா தன் ஏர் இந்தியாவைத் துவங்கிய தினத்தில், தெய்வானை பிறந்தாள், ஐப்பஸி அஸ்வினி நட்சத்திரத்தில் பிரதமையான சனிக்கிழமை ஜனனம், அவளின் தகப்பனார் மருதாநல்லூர் ஜமீனா இல்லை மிராஸ்தார் சுப்புக்குட்டியா என்பதெல்லாம் வேண்டாத விசாரங்கள்.

மேற்சொன்ன இரண்டு பேரிடமும் சில குடியானவப் பையன்கள், காலை வேளைகளில் அலங்காரத்தின் வீட்டுத் தோட்டத்துக்கு தண்ணீர் பாய்ச்சுபவன், எல்லோரும் அவர்களது காலெல்லாம் பிடித்து விடும்போது "குழந்தை உங்க சாயல்ல இருக்கு சாமி! என்னா வித்து உங்களுது" என்று பரவசப்படுத்தி இருவரிடமும் காசு அதிகம் வாங்கிக்கொண்டு போனார்கள்.

அலங்காரம் மருதாநல்லூர் ஜமீன்தான் ஐவேஜு அதிகம் என்பதைப் புரிந்து கொண்டு அவர்தான் தெய்வானைக்கு அப்பா என்று பசப்பி மயக்கி அவரை நம்ப வைத்தாள். பல வருஷங்களுக்கு தெய்வானை பேர் சொல்லி அவரிடம் நகைகளும் பணமும் கறந்தாள். தெய்வானைக்கு பன்னிரண்டு வயசாகும்போது மருதாநல்லூர் ஜமீனில் வியாஜ்யம் வந்து பிள்ளைகள் அடித்துக்கொண்டு கோர்ட்டுக்குப் போக, இதெல்லாம் ஓய்ந்து ஒன்றும் மிஞ்சாது என்பதைப் புரிந்துகொண்ட அலங்காரம் அவரை மிரட்டி தனக்கும் அவர் பெண்ணுக்கும் ஒரு வழி செய்யாவிட்டால் தானும் வியாஜ்யத்தில் சேர்ந்துகொள்வேன் என்றதால் மருதாநல்லூர் ஜமீன் தனக்குச் சொந்தமாய் இருந்த மலையன்குள நிலத்தை அவள் பேருக்கு எழுதி வைத்து அதில் சின்னதாக வீடும் கட்டிக் கொடுத்துக் கை கழுவி விட்டார்.

அப்போது மலையன்குளத்துக்கு வந்துவிட்ட அலங்காரம் தன் 'தொழில்' சம்மந்தமாக ஒன்றும் செய்யாமல் அமைதி காத்து வந்தாள். எப்படியாவது தெய்வானைக்கு ஒரு கல்யாணத்தைப் பண்ணி அவளைப் புகுந்த வீட்டுக்கு அனுப்பிவிட்டால் அவள் வாழ்க்கை சீராகிவிடும் என்ற நம்பிக்கை. ஆனால் அலங்காரத்தின் பெயர் அவள் வரும் முன்பே மலையன்குளத்தில் பேசுபொருளாக ஆகிவிட்டது. திராவிட ஆட்சி, சமூக சீர்திருத்தம் என்றெல்லாம் பேசப்பட்டாலும் அவ்வளவு சீக்கிரம் சமூகம் மாறிவிடவில்லை.

அலங்காரம் ஊருக்கு வந்த புதுசில் பண்ணை சாமிநாது ஓரிரு முறை ஜாடை மாடையாகத் தூது அனுப்பிப் பார்த்தார். அலங்காரம் கடுமையாக மறுத்து அனுப்பிவிட சாமிநாது ஓய்ந்துவிட்டார். செம்பனார்க்கோவில் அருகில் மலையாள ஓடு வேய்ந்த வீட்டு தனபாக்கியத்தின் சிநேகத்தோடு நிறுத்திவிட்டார். மற்ற சின்ன மிட்டாதார்கள், கடை முதலாளிகள், செம்பனார்க்கோவில் புளியங்குடி கைவரிசைக்காரர்களும் முயன்று தோற்றுப்போயினர். உள்ளூரில் சில பெரிய மனிதர்களும் ஒதுங்கிவிட்டனர்.

மருதாநல்லூர் ஜமீன் கொடுத்த பணத்தை வைத்து அலங்காரம் சாதுரியமாகக் குடித்தனம் நடத்தி தெய்வானையைப் பாதுகாத்தாள்.

தெய்வானைக்கு முப்பத்தி ஏழு வயசாகும்போது ஒருநாள் அலங்காரம் மூச்சுத்திணறி தூக்கத்திலேயே உயிர் விட்டாள். 'கண் வழியா உசிர் போச்சு' என்று புருடா விட்டது கூட இருந்த வேலைக்காரி. சில மாதங்களுக்கு தெய்வானைக்கு நிலைமை புரியவில்லை. கைக்காசு குறையக் குறைய தானும் ஏதாவது சம்பாதித்தால்தான் உண்டு என்பதைப் புரிந்து கொண்டாள். அம்மாவின் சாமர்த்தியத்தை அருகில் இருந்து பார்த்த தெய்வானை மெதுவாக வெளியே வந்து ஊர்ப்பெரிய மனுஷாளிடம் பேச்சு வழக்கைத் தொடங்கினாள்.

உள்ளூர் ஆசாமிகள் சட்டென்று நிலவரத்தைப் புரிந்து கொண்டு தெய்வானை வீட்டுக்கு வர ஆரம்பித்தார்கள். சாமிநாது வயதாகி ஒதுங்கிவிட, குருராஜன், ராமசாமி, சேகண்டி, சவரி ஸேவியர் என்று கொஞ்சம் ஐவேஜு ஆசாமிகள் முனைப்பு காட்டினர். தெய்வானை ஒரு விஷயத்தில் கறாராக இருந்தாள். வீட்டுக்கு வரலாம், உல்லாசமாகப் பேசலாம், ஊஞ்சலில் ஆடலாம், சம்பிரமாக சாப்பிடலாம், வெத்தலை புகையிலை போட்டு அனுபவிக்கலாம். தெய்வானை சிரத்தையாக அவர்களோடு உட்கார்ந்து பேசுவாள், கை கால் பிடித்து விடுவாள், முதுகு நீவி சொடக்கு எடுத்து விடுவது போன்ற சில்லறை சாகசங்களுக்குத்தான் அனுமதி என்பதைக் கடுமையாக்கினாள். சில மாதங்களிலேயே இதைப்புரிந்து கொண்ட பெரிசுகளும் 'அட இத்தையாவது அனுபவிக்கலாமே, வீட்டில் இருக்கறதுகளே தரித்திரங்கள் கிட்ட அண்ட விட மாட்டேங்கறதுகள்' என்று இந்த உல்லாசத்துக்கு செட்டில் ஆகிவிட்டனர்.

மலையன்குளம் மனைவிமார்களுக்கு விஷயம் தெரியாமல் இல்லை. புருஷன்காரனிடம் ஓரளவுக்கு மேல் அதட்ட முடியாத நிலைமை. 'கௌம்புடி உங்கப்பன் வீட்டுக்கு' என்று விரட்டி விட்டால் இவர்கள் கதி அதோகதிதான். அதனால் கோபத்தை தெய்வானை மீது காட்டுவார்கள். அதுவும் அவளிடம் நேரில் எல்லாம் பேசுவதில்லை. அவள் கோவிலுக்கு வந்தால் நிஷ்டூரமாக அவள் காதில் படும்படி குமோணம் வெசவாக வெய்வார்கள். முதலில் எல்லாம் தெய்வானைக்கு மனதில் வலித்தாலும்

அவர்களின் நிலைமைக்கு அந்தக்கோபம் சரிதானே சமாதானப்படுத்திக்கொண்டு விட்டாள் இவளே போய் வம்படியாக உரிமையுடன் பேசுவாள்.

“என்ன அன்னம்மாக்கா, வூட்ல தேவலையா, தொடையில சுளுக்குன்னு சொல்லிக்கினுருந்தாரே.”

“மங்களாக்கா, உங்களுக்கு பின் பக்கம் கட்டின்னாரே, நான் கூட மஞ்சள் அறச்சு தடவச்சொன்னேனே, இப்பம் சொஸ்தமாயிட்டா.”

“என்ன சேர்வையாரே! வர்ரீரா இன்னிக்கு, ஒரு ஆட்டம் போடலாம், புதுச் சீட்டுக்கட்டு வாங்கி வெச்சிருக்கேன்.”

இதையெல்லாம் பார்த்த சில ஊர்ப்பெண்கள் முடிவெடுத்தார்கள். தெய்வானையிடம் போய் ‘நீ பண்றது சரியா? குடும்பத்தைக் குலைக்கலாமா’ன்னு கேட்டுறலாம் என்று ஏழெட்டு பெண்கள் ஒரு நாள் மதியம், ஆண் பிள்ளைகள் வேலையாக வெளியே போயிருந்த சமயமாகப் பார்த்து தெய்வானை வீட்டுக் கதவைத் தட்டினார்கள்.

“என்னக்கா அல்லாருமா வந்திருக்கீங்க, என்ன விஷயம்?”

“தெய்வான, நீ பண்றது நல்லா இருக்கா.. இப்படி வீட்டாம்பளைங்கள வளைச்சுப் போட்டு எங்க குடும்பத்தை குலைக்கிறியே.”

“என்னக்கா பெரிய பெரிய வார்த்தையெல்லாம் பேசறீங்க.”

“பின்ன நீ உன் தொழில பண்ண எங்க வீட்டு ஆம்பளைங்கதானா கெடைச்சாங்க.”

“அக்கா, தப்பா நினைக்காதீங்க. அத நீங்க உங்க வீட்டு ஆம்பளங்க கிட்ட ஏன் கேக்க மாட்டறீங்க.”

வந்த பெண் பிள்ளைகள் ஒரு கணம் விக்கித்துப் போனார்கள். ஒரு பெண் பேசிற்று.

“உன்ன மாதிரி அலங்காரம் பண்ணி மினுக்க எங்களுக்குத் தெரியாதும்மா, அதான் இந்த ஆம்பளைங்க உன்னாண்ட மயங்கிடறாங்க.”

“அதான் அதேதான். அப்ப நீங்கதானே உங்க கடமையிலேர்ந்து தவறிடறீங்க.”

“என்ன நாங்க தவறிட்டோம்? சமைச்சு போடலியா, புள்ள பெத்துக்கலியா.”

“ஏங்க்கா! அவ்வளவுதான் ஒரு பொண்டாட்டியோட கடமையா, வீட்டு ஆம்பளையை சந்தோஷமா மலர மலர வெச்சுக்க வேண்டாமா.”

“யேய்! என்ன சொல்றே?”

“த பாருங்க்கா, எல்லா ஆம்பளைங்களுக்கும் கொஞ்சம் அனுசரணையான பேச்சு, இதமான தொடுதல், சின்ன சிணுங்கல், கொஞ்சல் இருந்தாலே போறும். நா அதத்தான் கொடுக்கறேன். ஆம்பளைங்க அவுங்க பொண்டாட்டி கிட்டத்தான் இதெல்லாம் முதல்ல எதிர்பாக்கறாங்க. ஆனா நீங்க ‘ஆன வயசுக்கு காதல் கேக்குதோ, புள்ளை பொறந்தப்றம் என்ன கொஞ்சல் வேண்டிக்கிடக்கு’ன்னு அவங்களோட சின்ன ஆசைகளை விட்டெறிஞ்சுட்டு போய்டறீங்க!அப்ப அவங்க வெளில தேடத்தானே செய்வாங்க.”

பெண்கள் கூட்டம் அமைதியானது. ஒருவரை ஒருவர் பார்த்துக்கொண்டார்கள்.

“அக்கா, நா ஒருநாளும் எல்லை மீற மாட்டேன். ஆம்பளைங்க எல்லை மீறினாலும் விடவே மாட்டேன். அவங்களுக்கு இதமா பேசி, சாப்பாடு போட்டு தாம்பூலம் கொடுத்து அமைதிப்படுத்தி அனுப்பறேன் அவ்வளவுதான். ஆம்பளைங்க தாபத்தை தணிச்சு கோபத்தை விலக்கி அனுப்பறேன். அதுனாலதான் அவங்க வீட்ல அமைதியா இருந்துடறாங்கன்னு புரிஞ்சுக்குங்க. நீங்க இதெல்லாம் வீட்டுல செய்யுங்க, அவங்க ஏங்கா எங்கிட்ட வரப்போறாங்க.”

ஏழெட்டுப் பெண்கள் அன்று மதியம் அமைதியாக கள்ளுத்தென்னை தெருவில் நடந்து போவதை சிலர் ஆச்சரியத்தோடு பார்த்தார்கள்.

அடுத்த வாரத்தில் ஒரு நாள் நாரயணசுவாமி கோவிலில் “என்ன தெய்வா! எப்படி இருக்கே, நேத்து ஏதோ அவரைக்காய்ல பொரியல் செஞ்சியாமே.. எப்படின்னு சொல்லேன் நானும் வீட்ல செஞ்சு பாக்கறேன்” என்று பேசிக்கொண்டிருந்த சேகண்டியாரின் மனைவியைப் பார்த்துவிட்டு குருராஜ நாயக்கர் இன்றோ நாளையோ தெய்வானை வீட்டுச் சமையல் என்னவாக இருக்கும் என்று யோசிக்கலானார்.

# ராயர் ஹோட்டல்

தஞ்சாவூர் மெடிக்கல் காலேஜில் செமினார் நடந்தது. பெரிய பெரிய டாக்டரெல்லாம் வந்து ஹார்ட் அட்டாக் பத்தியெல்லாம் மாஞ்சு மாஞ்சு பேசினார்கள். இவனும் அங்கே உட்கார்ந்து கேட்டுக்கொண்டிருந்தான். இவனுக்கு வேறு வழியில்லை. இந்த செமினாருக்காக வெளியூரிலிருந்து வந்திருந்த டாக்டர்களின் பயணச்செலவு மற்றும் அவர்களுக்குத் தரவேண்டிய சன்மானமெல்லாம் பேர் எழுதி ஒரு கவரில் போட்டு அக்கவுண்டண்ட் கொடுத்திருந்தார்.

"இன்னி முழுக்க செமினாரில் இருந்துக்கோ. ஒவ்வொரு டாக்டரும் பேசின பிற்பாடு அவராண்ட போய் அவர் பேர் எழுதியிருக்கற கவரைக்கொடு. மறக்காம ரெஜிஸ்தர்ல அவரோட கையெழுத்த வாங்கிக்கணும்."

கடைசி வரிசையில் கொட்டாவியை மென்று கொண்டு உட்கார்ந்திருந்தான். லஞ்சுக்கு முந்தின லெக்சர். கையிலிருக்கும் கவரைப் பார்த்தான் 'டாக்டர் ஸ்ரீனிவாசா' என்று போட்டிருந்தது. அவரும் இன்னொருவரும் மட்டும் அமெரிக்காவிலேர்ந்து வந்தவர்கள். மற்ற பேரெல்லாம் பாம்பே மெட்ராஸ் டெல்லின்னு நம் ஊர் டாக்டர்கள்தான். இவனுக்குப் பசித்தது இன்னும் எத்தனை நேரம் ஆகும் லஞ்ச் பிரேக்கிற்கு என்று யோசித்தான். பக்கத்து டைனிங் அறையில் உணவுப் பாத்திரங்களை கொண்டு வர, வாசனை இவன் மூக்கிற்கு வந்து இன்னும் பசியைக் கிளப்பியது.

‘சட்டுன்னு போய் ராயர் ஹோட்டல்ல ரெண்டு இட்லி சாம்பார் சாப்பிட்டா என்னமா இருக்கும்.’ மலையன்குளம் ராயர் ஹோட்டலும் இவன் மனசில் ஓடியது.

புளியங்குளம் ரோடு ஆரம்பத்தில் ஸ்டேஷன் ரோடில் இருக்கும் ராயர் ஹோட்டல். கல்லாவில் அமர்ந்திருக்கும் வெங்கடேச ராயர் அகலமான நெத்தியில் அழுக்குச் சிவப்பாய் குங்குமம் இட்டு, அதன் கீழே ஒரு நடுங்கிய கோடாகச் சந்தனம் தீற்றியிருப்பார். எப்போதும் மஞ்சள் அழுக்குப் படிந்த அரைக்கை சட்டையும், காவிக்கலர் வேஷ்டியும் கட்டியிருப்பார். காதுக்கருகில் கிருதாவுக்குப் பக்கத்தில் பெரிய மரு ஒன்று இருக்கும். கல்லாவில் சிரித்த முகத்தோடு உட்கார்ந்து காசை வாங்கிப்போட்டுக் கொண்டிருக்கும் அவர்தான் ஓனர் என்பார்கள்.

“காசி, டேபிள் ஏழைக்கவனி. பதினொண்ணுல தட்டு எடுக்கலை, ம்ம் சீக்கிரமாட்டும்.”

எந்த லாஜிக்கிலும் சிக்காத கோணாமாணா வகையில் இருக்கும் டேபிள் நம்பர்களை இவர் எப்படி ஞாபகம் வைத்துக்கொள்கிறார் என்று இவன் அப்போதே ஆச்சரியப்பட்டிருக்கிறான்.

இவன் ஏழாவதோ எட்டாவதோ படிக்கும்போது இந்த ராயர் ஹோட்டல் ஆரம்பித்தார்கள். அதுவரை மலையன்குளத்துக்கும் நல்ல சைவ ஹோட்டலுக்கும் ஸ்னேஹமில்லாமலே இருந்தது. முதலில், ராயர் ஹோட்டல் இருக்கும் அதே இடத்தில், கற்பகா காபி கிளப் என்று ஒரு சைவ ஹோட்டல் இருந்தது. வாசலில் ஓனர் ஊதுவத்தி புகைக்கு நடுவில் உட்கார்ந்திருப்பார். உள்ளே எட்டிப் பார்த்தால் இருளோவென்று இருக்கும். எப்பவாவது வெளிச்சம் தேடி மஞ்சளேறிய வெள்ளை வேஷ்டியை முழங்கால் வரை மடித்துக் கட்டிய சர்வர் ஒருத்தர் வெளியே வந்து போவார்.

எதிரே நிற்கும்போதே இட்லி வேகும் வாசனையுடன் சாம்பார் கொதிக்கும் வாசனையும் கலந்து வீசும். ஓரிரு முறையே இவனும் அப்பாவும் போயிருக்கிறார்கள். பச்சை கலர் பெயிண்ட் சுவற்றில் யாரோ எப்பவோ அடித்துச் செத்த கொசுக்களின் மீச்சம் மீதி பார்த்திருக்கிறான். அங்கொன்றும் இங்கொன்றுமாக சொல்ப சிலரே சாப்பிடும் ஹோட்டலாகவே இருந்தது. அதன் ஓனர் ஒரு மாத்வர் என்பதாக நினைவு. நெற்றியில் சிவப்பாக ரத்த

நிறத்தில் சாந்துப்பொட்டு ஈஷிக்கொண்டிருப்பார். தோளில் சிகப்பாக மலையாளத் துண்டு போட்டிருப்பார். பற்கள் காவியேறி ஒழுங்கின்றி இருந்த ஞாபகம். எப்போதும் அல்ப சங்க்யைக்குப் போகும் அவஸ்தை போன்ற ஒரு சிணுங்கல் முக பாவம். அவர் பிள்ளை கூட ஒருத்தன் மதுசூதனோ என்னமோ பெயர், மிடில் ஸ்கூலில்தான் இவனுக்கு ஒரு கிளாஸ் கம்மியாகப் படித்தான். அவனை யாரும் பேர் சொல்லிக் கூப்பிட்டதே இல்லை. ஹோட்டல் மாமி என்பார்கள். அதற்கேற்றார்போல் அவனும் குங்குமப் பொட்டும் சிவந்த முகமும் ஆச்சரியமாகச் சிவந்த நாக்கோடும் இருப்பான். கமலா டீச்சர் கூட ஒரு முறை அவனை ‘ஏண்டா நீயும் வெத்தலை கித்தலை வழக்கம் வெச்சிருக்கியா’ என்று கேட்டதாக ஸ்கூலில் பேச்சு இருந்தது

என்னமோ தெரியவில்லை, அப்போதைய மலையன்குள ஆசாமிகள் ஸ்னான பானத்தை வீடுகளிலேயே வைத்துக்கொண்டு விட்டபடியால் கற்பகா காபி கிளப் சோபையிழந்து கூட்டம் இல்லாமல் சில மாதங்களிலேயே மூடப்பட்டுவிட்டது. அந்தப் பையனும் ஸ்கூலை விட்டுப் போய்விட்டான். கும்மனஹள்ளியோ ஏதோ ஒரு மாண்டியா கிராமத்துக்குப் போய்விட்டதாகக் கேள்வி.

நடுவில் கொஞ்ச நாள் இந்த வெங்கடேச ரமணா ஸ்டோர்ஸ், அதான் மளிகைக்கடை ஓனர், கடையின் மாடியிலேயே சின்னதாக ஓட்டல் வைத்தார். மத்தியானம் சாப்பாடு மட்டும் போடுவார். ரசம் தண்ணியாக இருக்கும். அங்கே சாப்பிட்டவர்களுக்குச் சாம்பாரில் காய் என்று ஒன்று இருந்ததே தெரியாது. அதுவும் சில மாதங்களிலேயே கையைக் கடிக்க, ஸ்டோர் ஓனர் மளிகை வியாபாரத்துடன் அடக்கிக்கொண்டார். அப்புறம்தான் இந்த ராயர் ஹோட்டல்.

ஸ்டேஷனிலிருந்து வெளியே வரும் பலரும் ராயர் ஹோட்டலில் தவறாமல் காபியாவது சாப்பிடுவார்கள். பல சமயங்களில் மன்னதாங்கல் காலேஜிலிருந்து பையன்கள் வந்து சாப்பிடும்போது ரகளை பண்ணிவிட்டுப் போவார்கள். வீரப்ப மிடில் ஸ்கூல் விடலைகளுக்கு ராயர் ஹோட்டல் இலவச அன்னதாதா. கையில் காசே இல்லாமல் வாரத்துக்கு மூணு தடவை சாப்பிட்டு வந்துவிடுவான் தண்டபாணி. ஒரு சில சமயம் ராஜுவும் போய்விட்டு வாய் முழுக்க சிரிப்புடன் வருவான்.

“இன்னிக்கு செட் தோசைடா.”

“எவ்வளவு ஆச்சு?”

“யாருக்குத் தெரியும், கொடுத்தாத்தானே.”

நாலு பேர் போய்ச் சாப்பிடுவார்கள். தனித்தனி பில் வாங்கிக்கொண்டு, இரண்டு பேர் கொடுக்க, மீதி இரண்டு பேரும் நழுவிடுவான்கள்.

பையன்கள் பில் கொடுக்கும்போது ராயர், “தம்பி, நல்லாப் படிக்கணும் தெரியுமா” என்றவாறே சில்லறை தருவார்.

நாகேந்திரன் சுதாவை, அதுதான் எர்ஸ்கின் தெருவிலிருந்து மெதோடிஸ்ட் சர்ச், அதற்கு இரண்டு வீடுகள் தள்ளி பெரிய வீட்டு அவுட் ஹவுஸிலிருந்து வருமே, குள்ளமாக விசுக் விசுக்கென நடந்து போகும் சுதாவை நெருங்கி ஏதோ பேசப்போக, அது புரளியாகி, சுதாவின் அண்ணன் மன்னநந்தாங்கல் காலேஜுப் பசங்களுடன் வந்து சைக்கிளில் இந்த ராயர் ஹோட்டலுக்கு எதிரேதான் நாகேந்திரனை இடித்துத் தள்ளி விட்டுப் போய்விட்டான். கல்லாவிலிருந்து ஓடி வந்து நாகேந்திரனை எழுப்பி, ஆசுவாசப்படுத்தி, காப்பி கொடுத்து, ஸ்கூலுக்கு அனுப்பி வைத்தார் வெங்கடேச ராயர்.

கமலக்கண்ணன் ஒரு முறை பில் கொடுக்காமல் நழுவினபோது மாட்டிக் கொண்டாலும் அவனைக் கூப்பிட்டு பொறுமையாகப் புத்தி சொல்லி, ‘இனிமே இப்படிப் பண்ணாதே’ என்று கையில் ஒரு ஜாங்கிரியையும் கொடுத்து அனுப்பினார். இத்தனைக்கும் கமலக்கண்ணனின் அப்பா அப்போதே முக்கரம்பூரில் ஒரு திராவிடக் கட்சியில் முக்கியஸ்தராக இருந்தார். கமலக்கண்ணன் அடுத்த நாளே செம்பனார்க்கோவில் பிராமணாள் சாப்பாட்டுக் கடையில் உளுந்து வடை தின்று விட்டு காசு கொடுக்காமல் வெளியேறி ஸ்கூலில் வந்து தம்பட்டம் அடித்துக் கொண்டான் என்பது உபரித் தகவல். கூடவே ‘அயிரு ஓட்டல் மேறி சாம்பார் எங்கியும் வராது’ என்றும் சிலாகித்தான்.

சோகையான கைதட்டலைக் கேட்டு இவன் பரபரவென முன்னே போய் அப்போது பேச்சை முடித்த டாக்டரை அணுகினான்.

“டாக்டர்! உங்களுக்குக் கவர்.”

அவர் தாங்க்ஸ் என்றபடி அதை வாங்கிக்கொண்டார். சினேகமாக இவனைப் பார்த்து சிரித்தபடி பேசினார். “நீங்க என்ன தஞ்சாவூரா?”

“இல்ல டாக்டர். எனக்கு இங்க பக்கத்துல மலையன்குளம்னு...”

“அட மலையன்குளமா.. தெரியுமே.”

அமெரிக்காவில் இருக்கும் டாக்டருக்கு மலையன்குளம் தெரிந்திருக்கிறதே என்று இவன் வியப்போடு பார்த்தான்.

“அங்கதான் எங்கப்பா ராயர் ஹோட்டல்னு வெச்சிருந்தார். இப்ப கூட என் கசின் பிரதர்தான் அதை நடத்தறான்.”

உயர்தர கோட், பேண்ட், பளபளக்கும் ஷூ தங்க பிரேம் கண்ணாடி போட்டு, மிகச் சிக்கலான ஹார்ட் சம்மந்தமாக ஆராய்ச்சி செய்து, அது பற்றி செமினாரில் பேசின அவரைப் பார்த்தான். நேற்று தோய்த்து அயர்ன் கூடப் பண்ணாத சட்டை, ஒரு வாரமாகத் தோய்க்காத பேண்ட், ரப்பர் செருப்புடன் தன்னையும் பார்த்தான்

“இந்த ரிஜிஸ்டர்ல ஒரு கையெழுத்து.”

டாக்டர் எழுந்து லஞ்சுக்குக் கிளம்ப, இவன் சாப்பிடப் போகாமல் அங்கேயே அமர்ந்து அடுத்த டாக்டரின் பேச்சுக்காக காத்திருக்கலானான். இவனுக்குப் பசி போய்விட்டது.

# சிரிக்கும் பையன்

எப்போதும் சத்தம் போட்டுக் கொண்டிருக்கும் அமிர்தா காபி ஓர்க்ஸ் என்னும் காபிக் கொட்டைக்கடை, மலையன்குளத்தில் அறுபதுகளில் மிகப் பிரசித்தம். செம்பனார்க்கோவில் மன்னம்பந்தல், புளியங்குளம் என்றெல்லாம் வந்து வாங்கிக் கொண்டு போவார்கள் என்று அப்பா சொல்லக் கேட்டிருக்கிறான். ஏதோ பீபரி காபி பொடியை உன்னதத் தரத்தில் வழங்குவதால் அல்ல. சுமாரான காப்பிப் பொடி கிடைக்கும் கடை அப்போது சுற்று வட்டாரத்தில் அது ஒன்றுதானாம்.

அக்கா சகுந்தலா சொல்லி இவன் கேட்டிருக்கிறான். சக்கு ரொம்ப ஆசையாய் காப்பிக்கொட்டை கடைக்குப் போவாளாம். கடையில் ஓனர் வெள்ளை வேட்டி வெள்ளைச் சட்டை பாக்கெட்டில் அடுக்கி வைக்கப்பட்ட பேப்பர்க் குவியலுடன் லேசாக இங்க் ஒழுகும் பேனாவும் குத்தியிருப்பார். சிரிப்பே வராத கடு கடுத்த முகமாகவே இருப்பாராம். பல சமயங்களில் அவர் மகனும் கடையில் இருப்பானாம்.

சக்கு கடையின் நடப்புக்களை நுணுக்கமாக விவரிப்பாள். கடைக்கு உள்ளே ஸ்லேட்டில் ஆணி கீறுவது போன்ற சத்தத்துடன் காப்பிக்கொட்டை வறுபட்டுக் கொண்டிருக்க, பக்கத்தில் இன்னொரு வாய் திறந்த சிகப்பு மெஷீன் வறுத்த பொடியை அரைக்கும். ஓய்ங்கென்று ஒரே ஸ்திரமான ரிதம்மில் ஓடிக்கொண்டிருக்கும் அயர்ந்த ஒரு கணத்தில் வேறு ஒரு ஸ்ருதியில் நீட்டப்பட்ட எலாஸ்டிக் போல இன்னொரு கீய்ங் சப்தம் மெஷினில் வரும். வேறொரு ஸ்லேட்டில் வேறொரு ஆணி புறப்பட்டு உயர்ந்த தொனியில் சில நொடிகள் ரீங்கரித்துவிட்டு அடங்க, மறுபடி சீரான ஓய்ங் தொடரும்.

அட்டைக் கறுப்பாகச் சதுர முகத்துடன் இருக்கும் ஓனர், அந்தச் சத்தத்திலும் அமைதியாக உட்கார்ந்துகொண்டு வியாபாரம் செய்வார். அவர் சிரித்து யாருமே பார்த்ததே இல்லை. லாகவமாகக் காப்பிப் பொடியை அள்ளி அந்த பட்டர் பேப்பர் கவரில் துளிகூட சிந்தாமல் கொட்டி அந்த வசீகரக் காக்கி கலர் டேப்பை ஒட்டித் தருவார். வீட்டுக்குப் போய் காப்பிப் பொடியைச் சம்புடத்தில் கொட்டின கையோடு அந்தக் கவரை வாயில் வைத்து ஊதி முகப்பக்கத்தை மூடி சுவற்றில் அடித்தால் லஷ்மி வெடி கெட்டுது போங்கள்.

'கடங்காரி, மெதுவாத்தான் வெடியேன். தூக்கி வாரிப்போடறது, பொண்ணா லட்சணமா அமைதியா இல்லாம இதென்ன ஆம்பளை காமாட்சித்தனமா' என்று அம்மா சக்குவை வெய்வாளாம்.

பால் பண்ணைத் தெருவும் கள்ளுத்தென்னை ரோடும் சேருமிடத்துக்கு அருகில் இருக்கும் சில வீடுகளில் ஒன்றுதான் அமிர்தா கடை ஓனருக்கு வீடு, அவர் மனைவி ஒரே பையன். அவன் வீரப்ப மிடில் ஸ்கூலில்தான் சக்குவின் க்ளாசிலேயே படித்தான். ராஜாராமன் என்று பெயர். எப்போதும் சிரித்துக்கொண்டே இருப்பான். முகத்தில், நெற்றியில் சில கோடுகள் இருக்குமாம். கண்கள் கூட சிரிக்கும் என்பாள் சக்கு. அபாரமாகக் கபடி விளையாடுவான். அவன் விளையாடினால் கிளாஸ் டீச்சர்கள் கூட சில நிமிஷம் வேடிக்கை பார்த்துவிட்டு போவார்களாம். பாதி நேரம் ஏதானும் விஷமம் பண்ணி க்ளாஸ் வாசலில்தான் நிற்பான். அப்போதும் சிரிப்புடனேயே இருப்பான்.

சக்குவுக்கு சொல்லும்போதே சிரிப்பு வரும். அவன் முகத்தில் எப்போதும் புன்னகையாகவே இருக்குமாம். பாடம் நடத்திக் கொண்டிருக்கும் போது எதற்காகவாவது டீச்சர் நிமிர்ந்து பார்த்து ராஜாராமன் முகம் கண்ணில் பட்டால் போச்சாம்.

"ஏண்டா இப்ப என்ன சிரிப்பு வேண்டிக்கிடக்கு."

டீச்சர் கேட்டால் அவன் அமைதியாக ஆனால் அதே புன்சிரிப்புடன் 'நா சிரிக்கவே இல்லியே டீச்சர்' என்று பதில் சொல்லுவானாம்.

அவனுக்குத் தன் அப்பாவைப் பார்த்தால் மட்டும் பயம். ஸ்கூல் நேரம் போக மீதி வேளையில கடைக்கு வந்து வியாபாரத்த பழகிக்கணும் என்று கண்டிப்பாகச்

சொல்லிவிட்டதால் அவன் ஸ்கூல் விட்டால் கடையில்தான் இருப்பானாம். சக்கு போகும்போதெல்லாம் பார்த்திருக்கிறாள். பாடம் எழுதிக்கொண்டோ கணக்கு போட்டுக் கொண்டோதான் இருப்பானாம்.

ராஜாராமன் படிப்பில் சுட்டியெல்லாம் இல்லை. நாற்பது ஐம்பது அளவுக்கு வாங்கி பாஸ் பண்ணுவான். ஒரு தரம் ராஜாராமன் சரித்திரத்தில் ஃபெயில் ஆகிவிட்டானாம். சக்கு இது பத்தி சொல்லும்போது ரொம்பச் சங்கடப்பட்டாள். அடுத்து நாள் காலையே அப்பா அவனைத் தரதரவென்று இழுத்துக்கொண்டு வந்து கிளாசில் விட்டாராம். பாடம் எடுத்துக்கொண்டிருந்த கிளாஸ் டீச்சரிடம் கடுகடுப்பாய்ப் பேசினாராம்.

“என்னது இது உங்க சப்ஜெக்டில் பெயில் ஆயிருக்கானே?”

“ஆமா இந்தத் தரம் ஏனோ ராஜாராமன் முனைப்பு போறலை.”

அடுத்து கணம் எல்லார் முன்பும் அவனைப் பளாரென அடித்தாராம்.

“நாயே, படிக்கறது தவிர வேறென்னடா வேல தொரைக்கு. வேளா வேளைக்கு கொட்டிக்கல. சார், இதப்பாருங்க இன்னமே இவன் ஒரு சப்ஜெக்டுல ஃபெயில் ஆவக்கூடாது. கண்ணைத் தவிர இவனை எங்க வேணா அடி வெளுங்க. சொல்லிட்டேன் படவா.”

இன்னொரு அறை வைத்துவிட்டுப் போனாராம். ராஜாராமன் கூனிக் குறுகிப்போனான் என்று சொல்லும்போது சக்குவிற்கு கண் கலங்கியது. அதற்குப் பிறகு சக்குவே அவனுக்குத் தன் நோட்ஸெல்லாம் கொடுத்து உதவினாளாம்.

தீபாவளிக்கு அடுத்த நாள் ஸ்கூலுக்கு புதுத்துணி போட்டு வரலாம் என்பதால் எல்லோரும் வித வித டிரெஸ்ஸில் வர, ராஜாராமன் அன்றும் வீரப்ப மிடில் ஸ்கூல் யூனிஃபார்ம் ஆன காக்கி டிராயர் வெள்ளைச் சட்டையில் வந்திருக்கிறான்.

“தீபாவளிக்கே எங்கப்பா யூனிஃபார்ம்தான் தெச்சுக்கொடுத்தார்.”

சொல்லும்போது கூட அவன் முகத்தில் சிரிப்பு போல அந்த உணர்ச்சி அப்படியே இருந்தது என்றாள் சக்கு. அன்று சாயங்காலம் சக்கு வீட்டுக்குப் போய் டிபன் சாப்பிட்டு தையல் கிளாசுக்குப் போயிருந்தாளாம். ஆறரை மணிக்கு வீடு

திரும்பினால் வாசலில் பலர் ஒன்று கூடிப் பரபரப்பாய்ப் பேசிக்கொண்டிருந்தார்களாம். பியூன் நாகேந்திரன் சொன்ன விஷயம்தான் அல்லோலகல்லோலப் பட்டுக் கொண்டிருந்தது.

ஸ்கூல் முடிந்து வீட்டுக்குப்போன நாகேந்திரனுக்கு தன் டிபன் காரியரை ஸ்கூலில் மறந்து விட்டு வந்தது புரிந்திருக்கிறது. நாளைக்குச் சோறு கட்ட சங்கடமாகிவிடும் என்பதால் அவன் சைக்கிளில் ஸ்கூலுக்கு திரும்ப வந்திருக்கிறான். மணி ஐந்தேமுக்கால் அல்லது ஆறு இருக்கும் போல. டிபன் காரியரை எடுத்துக்கொண்டு திரும்பியவன் கிராஃப்ட் ரூமில் ஏதோ சப்தம் கேட்க அங்கே போய் ஜன்னல் போல இருக்கும் பிரம்புத்தட்டி வழியாகப் பார்த்திருக்கிறான்.

அங்கே ராஜாராமனுடன் முதுகைக் காட்டிக்கொண்டு ஒரு பெண் இருந்தாளாம். நாகேந்திரனுக்கு அதிர்ச்சி, சுதாரித்துக்கொண்டு 'ஆரது கிராஃப்ட் ரூம்ல' என்று சப்தம் எழுப்பியிருக்கிறான். பரபரவென சலசலப்பு பிறகு யாரோ ஓடின சப்தம். கிராஃப்ட் ரூம் கதவு வழியாக ஒரு பெண் ஓடி எதிர்ப்புறம் நழுவி முசாபரி பங்களா ரோடில் ஓடினதைப் பார்த்திருக்கிறான்.

வெளியே வந்த ராஜாராமன் நடுங்கியபடி "என்ன நாகேந்திரா என்ன இந்த நேரத்துல?" என்று கேட்க, "நீ என்னடா பண்றே? அது யாருடா பொண்ணு?" என்று அதட்டியிருக்கிறான்

ராஜாராமன் மழுப்பலாகப் பதில் சொன்னானாம். "யாருமில்ல, நாந்தான் கிரிக்கெட் பேட் பண்ண எதுனா கட்டை கிடைக்குமான்னு பாக்க வந்தேன்."

"சரி சரி ஹெட்மாஸ்டராண்ட சொல்லிடாத" என்று கெஞ்சலாகக் கேட்டுவிட்டு ஓடிவிட்டானாம்

நாகேந்திரன் நேராகப்போய் அமிர்தா காபி ஒர்க்ஸ் கடையில் அப்பாவிடம் சொல்லிவிட்டான். கேட்ட அவர் ருத்ரமூர்த்தியாகி கடையைச் சாத்திவிட்டு வீட்டுக்கு போய் ராஜாராமனை வெளு வெளுத்து விட்டாராம்.

"நாயே, பொண்ணு கேக்குதா உனக்கு. போடா, ரா முழுக்க முட்டி போடு. சோறு தண்ணி குடுக்காத இந்தக் கழிசடைக்கு."

கேள்விப்பட்ட சாமிநாத குருக்கள், இவனுடைய அப்பா இன்னும் சிலர் காபிக்கடை வீட்டுக்குப் போய் அவரைச்

சமாதானப்படுத்தி ராஜாராமனை உள்ளே அனுப்பிவிட்டு வந்தார்களாம். இதைச் சொல்லும்போது சக்குவுக்கு உடம்பெல்லாம் நடுங்கிற்று.

"அன்னிக்கு ராத்திரி தூக்கு மாட்டிண்டு ராஜாராமன் செத்துப்போய்ட்டாண்டா."

சக்கு இப்போது அழுதாள். "ரொம்பப் பாவண்டா அவன். நல்லவன். கிராதகன் அவங்கப்பா" சக்கு பல் கடித்து உறுமலாய்ச் சொன்னாள்.

சில நாட்களிலேயே அமிர்தா காபி ஒர்க்ஸ் மூடப்பட்டு அந்த இடத்தைத்தான் தெலுங்கு பெண்மணி வாங்கி கன்னிகா காபி ஒர்க்ஸைத் தொடங்கினாராம்.

"அது சரி அந்தப்பொண்ணு யாருன்னு கண்டு பிடிச்சாளா?"

"யாரோ.. யாரா இருந்தா இனிமே என்ன."

இதைச் சொல்லிவிட்டு சக்கு நகர, அவள் முகம் இருண்டாற்போல இவனுக்குப் பட்டது.

# டீவி கனபாடிகள்

செம்பனார்கோவிலிலிருந்து தரங்கம்பாடிக்குப் போகும் வழியில் இருப்பது மாடபுரம். சின்ன கிராமம். ஜனம் மொத்தமே மூவாயிரத்துக்கும் குறைவுதான். ஆனாலும் அங்கே வேதாப்யாசம் அமோகமாக நடந்தது. அங்குப் படித்து கனபாடிகள் ஆனவர்தான் மகாலிங்க சாஸ்திரிகள் அல்லது மாடபுரம் மாலி. அவருக்கு வேத அத்யயனம் அவ்வளவு காத்திரமாக இருந்தமையால் மாலியின் புரோகித்துக்கு சுற்றுவட்டாரத்தில் நல்ல மதிப்பு.

பண்ணை சாமிநாது ஒரு முறை, எப்பவோ தொள்ளாயிரத்து அம்பதுகளில், மன்னந்தாங்கல் மிராஸ்தார் வீட்டு விசேஷத்தில் இந்த இளைய வாத்தியார் ருத்ரம் ஜமகம் சொல்லுவதைக் கேட்டு அசந்துவிட்டார். அடுத்து வாரமே இவரை மலையன்குளத்துக்கு அழைத்து பண்ணை வீட்டில் ஆயிரத்தெட்டு மஹா ருத்ர ஜபம் செய்வித்து தட்சிணை கொடுத்து மகிழ்ந்தார். அதென்ன பிணைப்போ, மாடபுரம் மாலிக்கு மள மளவென மலையன்குளத்து அக்ரகாரத்தில் அழைப்புக்கள் வர, தொடர்ந்து இங்கே வரலானார். கூடிய விரைவில் மாலியின் வித்வத் பற்றி பேச்சு பரவி செம்பனார்க்கோவில், ஆறுபதி, முக்கரம்பூர், ஏன் திருக்கடையூர் வரை அழைப்புக்கள் வர மாடபுரம் மாலி தேஜஸுடன் ஜொலித்தார்.

உருண்டையான முகம், ஐந்தடி மூணங்குலமே உயரம், ஒல்லியான தேகம், தீட்சண்யமான கண்கள் நல்ல நெஞ்சு நிமிர்ந்த நடை, எடுப்பாகக்குடுமி. நெத்தியில் பளிச்சென்று முப்பட்டையாய் விபூதி நடுவுல சந்திர வளையமாகச் சந்தனம். மூணு பவுனில் தங்கச்சங்கிலி. தாம்புக்கயிறு கணக்காகப் பூணல் அன்றுதான் போட்டுண்டது போல வெளுப்பாகவே இருக்கும். குரல் இருக்கிறதே அது புளி போட்டுத் தேய்த்த செம்பாய் ஒலிக்கும். 'த்ரயம்பகம் யஜமஹே சுகந்திம் புஷ்டிவர்த்தனம்...' என்று அவர் ருத்ரம் சொல்லும்போது குரலின் தீர்க்கத்தில் சுற்றுவட்டாரமே அதிரும். எல்லாம் வித்வத்தின் பெருமை.

சிரத்தை அதிகம் உள்ள மனுஷர். ஒரு சாதாரண அமாவாசை தர்ப்பணத்தைக்கூட படு பாந்தமாகச் செய்விப்பார். சில வருஷங்களிலேயே அவரின் அந்தஸ்து கூடியது. செம்பனார்க்கோவிலில் ஒரு வீடு வாங்கிக்கொண்டார். வெஸ்பா ஸ்கூட்டர் வைத்துக்கொண்டு சுற்று வட்டாரமெல்லாம் அவரின் உபாத்யாயம் மிளிர்ந்தது. பண்ணை சாமிநாதுவால் அவர் மலையன்குளத்துக்கு நெருக்கமாகிப் போனார். நல்ல நகைச்சுவை உணர்வு உள்ள மனிதர். யாரைப் பார்த்தாலும் உடனே வாத்சல்யம் பொங்கும் குரலில் குசலம் விஜாரிப்பார்.

"என்ன தஞ்சாவூர் மாமி வந்தேளா, மருமானுக்குக் கல்யாணம், இப்படியா கொட்டுவாய்ல வரது. ஒரு வாரம் முன்னாடி இங்க 'டாண்'ணு இருக்க வாண்டாமா."

"மாப்ள சார், நன்னா பாத்துக்குங்கோ. இதான் பொண்ணு, அது மச்சினி, எதுக்கும் ஜாக்கிரதைக்குச் சொன்னேன்." இருக்கும் இடத்தைக் கலகலப்பாக்குவதில் மன்னன், ஆசாமி.

"மந்திரங்களை ஸ்பஷ்டமாச் சொல்றேள். இது மாதிரி சொல்றவாள்ளாம் இப்ப கெடையாதுன்னா. என்ன, கொஞ்சம் தெலுங்கு மாதிரி எனக்குக்கேக்கறது." வாழைப்பழத்தில் ஊசி ஏற்றுவார். பல வீடுகளுக்கு ஆஸ்தானச் சாஸ்திரிகள்.

"வியாழக்கிழமை காலம்பர ஏழு மணிக்கெல்லாம் டாண்ணு இருப்பேன் ஆத்துல."

"என்னது எதுக்கா, ஓய் அன்னிக்குத் திதியைப் பாரும். பங்குனி பௌர்ணமி. உங்கப்பாவோட ஸ்ரார்த்தம் சுவாமி. ஆ, அதெல்லாம் நா மறக்க மாட்டேன். நீர் எங்கியானும் கிளம்பி போய்டாதேயும்."

எல்லா விசேஷத்துக்கும் அவரே ரெகார்ட் வைத்துக்கொண்டிருப்பார். ஞாபகப்படுத்தவே வேண்டாம். ‘பேஷா’ என்பது அவரின் வாயில் அடிக்கடி கேக்கலாம்.

“சாஸ்திரிகளே காப்பி சாப்பிடலாமா?”

“பேஷா இதோ இவருக்கு சக்கரை இல்லாம. என்னடா முறைக்கிற, உங்காத்துக்காரி என்னாண்ட சொல்லி அமிச்சிருக்கா, பாத்துக்குங்கோ மாமான்னு.”

“மணி பன்னண்டாயிடுத்தே, இன்னும் ரெண்டவர் ஆகும் போலருக்கே.”

“நல்ல பதவிசா பண்ணறேள். ஆகட்டும்னா ஆகட்டும். நாக்கெல்லம் ஒலர்ந்துடுத்து. உள்ள சொல்லி எல்லோருக்கும் ஏகாக்ஷரம் கொண்டு வரச்சொல்லுங்கோ.”

“ஏகாக்ஷரமா?”

“ஏகாக்ஷரம்னா ஓர் எழுத்து. ஒரே எழுத்துன்னா, அதான் டீ.”

அவருடைய பர்சில் லக்ஷணமான மாமியின் படம். “எங்காத்து மாமி. நன்னா பாடுவோ தெரியுமோ” குரலில் பெருமையும் சந்தோஷமுமாகச் சொல்லுவார்

போன வருஷம் சாமிநாது வீட்டு நவக்ரஹ ஹோமத்துக்கு வந்தார். கூடவே இன்னொரு இளைஞன். சின்ன சாஸ்திரிகள். “டேய், நல்ல தீர்க்கமா சொல்லணும். மென்னு முழுங்கப்படாது.”

முடிந்தவுடன் சம்பாவனையின்போது சாமிநாது கேட்டார் “எவ்வளவு தரணும்?”

எப்போதும் “குடுங்கோன்னா, நீங்க என்ன தரேளோ அதான்” என்பவர் அன்றைக்கு எப்போதுமில்லாத கடினக்குரலில், “எனக்கு ஐநூறு, இவாளுக்கு ஆளுக்கு நூறு” என்றார்.

“ட்டேயப்பா, என்ன தட்சிணை விஷமா ஏறிண்டு இருக்கு” சாமிநாது கொஞ்சம் சல்லியாகக் கேட்டுக்கொண்டே கொடுத்துவிட்டார்.

“மாமா, சித்த இருங்கோ. தாங்கோடா.”

எல்லோரிடமும் இருந்து பணத்தை வாங்கி ஓரமாக உட்கார்ந்திருந்த இளைஞனிடம் கொடுத்து “இந்தா, ஆபரேஷனுக்கு வெச்சுக்கொ. சாமிநாது மாமா பேர்ல

இன்னிக்கு உனக்கு முழுச்சம்பாவனை." அவரைக் காட்டினார்.

"மாமா, தப்பா நெனச்சுக்கப்படாது. இவனோட அம்மாவுக்கு ஆப்பரேஷன். காசுக்கு அல்லாடிண்டு இருக்கான். அதான் எங்களோட சம்பாவனய இன்னிக்கு இவனுக்குன்னு தீர்மானம் பண்ணிப்பிட்டோம்."

நெகிழ்ந்து போன சாமிநாதுவே இன்னும் ஓர் இருநூறு ரூபாய் கொடுத்தனுப்பினார். கல்யாணத்தில் முதற்கொண்டு சாப்பிடவே மாட்டார். எவ்வளவு வற்புறுத்தினாலும் டபாய்த்துக் கிளம்பிவிடுவார்.

"ஒரு டம்ளர் பாயசம் கொடுங்கோன்னா, போறும்."

"சாஸ்திரிகளே, இன்னிக்கு ரொம்ப லேட்டாயிடுத்து. பஞ்சகச்சம் கட்டிக்க டயமே இல்லை. இப்படியே பரவாயில்லியா?"

"பேஷாப்போறும்னா. எல்லாம் மனசுலதானே இருக்கு, சாயங்காலமா ஆபீஸ்லேந்து வந்தாவுட்டு பஞ்சகச்சம் கட்டிண்டு மாமிக்கு காண்பிச்சுடுங்கோ. ஆசையா பாக்கணும்னு காத்துண்டிருந்தாளோ என்னமோ, என்ன மாமி?"

சுற்று வட்டாரத்தில் எந்தக் கடை திறப்புக்கும் மாடபுரம் மாலிதான்.

"அட, காப்பி பொடிக்கடையா?"

"இந்த பீபரிங்கறாளே அதா, எங்க, குடகுலேர்ந்து வர வழைக்கறேளா."

"உங்க ஆசிர்வாதத்துல நல்லா வரணும் சாமி" தெலுங்குப் பெண்மணி பவ்யமாகக் கேட்டுக்கொண்டார்.

"அதெல்லாம் பேஷா வருவேள். அடுத்த வருஷமே இன்னொரு கடை ஆரம்பிக்கற பூஜைக்கு என்னைத்தான் கூப்பிடப்போறேள்."

அவர் வாய் முஹூர்த்தம் பலித்து அந்தத் தெலுங்குப் பெண்மணி வாரங்கலிலிருந்து அவள் தம்பியை வரவழைத்து செம்பனார்கோவிலில் இன்னொரு காபி கொட்டைக்கடை திறந்து விட்டார். அங்கேயும் மாலிதான் வந்து ஆரம்பித்து வைத்தார்.

ஒரு நாள் மாலி கனபாடிகள், ஆம் சில வருஷங்களிலேயே, இந்த நிலைமைக்கு உசந்துவிட்டார், "இன்னும் மூணு வாரத்துக்கு நான் வர மாட்டேன். தோ இவனை விட்டுட்டு போறேன். அம்பி, இவா எல்லாராத்து விசேஷங்களும் குறிச்சு குடுத்திருக்கேன். தவறாம வந்து பண்ணி வெக்கணும், என்ன?"

"எங்க கனபாடிகளே மூணு வாரம் எங்க போறேள்?"

"டெல்லியில பிரதம மந்திரி ஆத்துல கூப்ட்ருக்கான்னா. அங்க ருத்ர ஜபம் பண்றாளாம். ஏதோ யுத்தம் வரப்போறதுன்னு சமிக்ஞைகள் இருக்காம். ஒரு ஜபம் பண்ணிடுங்கோன்னு அந்தூர் சந்திரா சாமியார்னு அவர் சொல்லியிருக்காராம். எல்லா ஸ்டேட்லேர்ந்தும் வைதீகாள் போறா. எனக்கும் அழைப்பு வந்திருக்குன்னா, எல்லாம் ஈசன் செயல்."

நாலைந்து மாதம் கழித்து குருராஜ நாயக்கர் வீட்டு உறவினர் ஒருவர் லீவுக்கு மலையன்குளத்துக்கு வந்தபோது மாடபுரம் மாலியைப் பார்த்து "அட இவரா, இவர் டெல்லியில டீவில வந்தாரே! பி.எம் வீட்டு விசேஷத்துல இவரத் தனியா காமிச்சாங்க."

"என்ன கனபாடிகளே, இதெல்லாம் எங்கள்ட்ட சொல்றதில்லையா, எங்களுக்குப் பெருமையா இருக்குமோனோ."

"அதெல்லாம் ஒண்ணுமில்லைன்னா, நான் ஏதோ கணீர்னு சொன்னேன்னு அங்க இருக்கற வைதீகாள்ளாம் வாழ்த்தினா. அதக்கேட்டுட்டு பி.எம்மோட செக்ரட்டரி, யாரோ தவனாமே, அவர் சொல்லி டீவிகாரா என்னாண்ட பேட்டி எடுத்தா, அவ்வளவுதான்" அடக்கமாகச் சொல்லிவிட்டு மந்திரத்தில் முனைந்துவிட்டார்.

அந்த நவராத்திரியில் சாமிநாது இல்லத்தில் அம்பாள் பூஜை பண்ணும்போது கனபாடிகள் மயங்கி விழுந்துவிட்டார்.

"ஒண்ணுமில்ல ஒண்ணுமில்ல, கார்த்தாலேர்ந்து கனபாடிகள் விரதம். பட்டினி. அதான் அசதியில மயங்கி இருப்பார். கொஞ்சம் சாத்துக்குடி ஜூஸ் கொண்டாங்கோ."

உடனே வந்து பார்த்த உள்ளூர் டாக்டர் கோபாலன் உதட்டைப் பிதுக்கிவிட்டார் "ம்ஹூம், இது வேற ஏதோ. உடனே கும்மோணத்துக்கோ தஞ்சாவூருக்கோ எடுத்துண்டு போணும்."

இவனுக்கு மதியம் டிரங்க்கால் வந்து ஓடிப்போய் தெரிந்த டாக்டர்களுக்கெல்லாம் சொல்லி மாடபுரம் மாலியை தஞ்சாவூர் மெடிக்கல் காலேஜ் ஆஸ்பத்திரியில் சேர்த்து ஸ்பெஷலாக கவனிக்க வைத்தான். அக்கவுண்ட்ஸ் டிபார்ட்மெண்ட் என்றால் கொஞ்சம் மதிப்புதான் வவுச்சர் எல்லாம் சீக்கிரம் கிளியர் பண்ணணுமே.

சிவியர் ஸ்ட்ரோக்காம். ஐ.சி.யூவில் கிடத்தி இருந்தார்கள் ஹார்ட் 25 பர்செண்ட் அளவில்தான் இயங்குகிறதாம். அவருடனேயே இருந்த மனைவி இவனிடம் சொன்னாள்

“ரெண்டு நாளா டென்ஷனா இருந்தார். நேத்து சாப்பாடானப்றம் ‘சித்த தலைய சுத்தறா மாதிரி இருக்குன்னார்’ நா கூட மொளகு கஷாயம் வெச்சு குடுத்தேன். இன்னிக்குகூட நா ‘போவாண்டாமே. சாமாவை அனுப்பிடுங்களேன்னு’ சொன்னேன். இல்லடி பண்ணையாத்து பூஜை தவறப்படாதுன்னுட்டு கௌம்பிப்போனார். இப்படி ஆய்டுத்து. டாக்டர்ல்லாம் நெறைய சான்ஸ் இருக்குங்கறா, நீயும் வேண்டிக்கோ அம்பி.”

இவனுக்கு அவர் கணீர்க்குரலில் ருத்ரம் சொல்லுவது நினைவில் வந்து போனது. ஆஸ்பத்திரி படுக்கையில் சலனமின்றிப் படுத்துக் கிடந்தார். அந்த வருஷம் டிசம்பர் மாசம் சாமிநாதுவின் அம்மா ஸ்ரார்த்தம் வேறொரு சாஸ்திரிகளை வைத்துத்தான் செய்ய வேண்டியிருந்தது.

# சகோதரப் பாசம்

அது 1879ல் செய்யப்பட்ட சுவர்க் கடிகாரம் என்று பார்த்த மாத்திரத்திலேயே தெரிந்தது. இங்கே அல்ல, இங்கிலாந்தில். கடிகார முகத்திலேயே கென்சிங்டன் ஸ்டேஷன் என்று கொட்டை எழுத்தில் எழுதியிருக்கிறது. கூடவே லண்டன் என்று வேறு.

ஒரு வேளை மெட்ராஸ் மூஸா தெருவிலேயே ஏதோ ஒரு காதர் பாய் செய்து விட்டு இந்த மாதிரி எழுதி வைத்துவிட்டாரோ என்கிற சந்தேகத்துக்கு இடமில்லாமல் அது இன்னும் துல்லியமாக ஓடிக்கொண்டிருக்கின்றது. பிளாக் மெட்டல் என்னும் உலோகத்தில் ஆங்கில 'எல்' வடிவம் கண்ணாடி பிம்பத்தில் தெரிவது போன்ற வளைவில் சுவற்றில் பதித்த அந்த இரும்பு விட்டத்தில் கடிகாரம் ராயசமாகத் தொங்கியது.

டாக்டர் கோபாலனின் வீடு மற்றும் கிளினிக்கில் நுழைந்தவுடன் முதன் முதலில் கண்ணில் படுவது அந்தக் கடிகாரம்தான். டாக்டர் கோபாலன் வீடு முசாபரி பங்களாவை ஒட்டி கள்ளுத்தென்னைத் தெருவில் இருக்கும். அந்தத் தெருவில் அதிகம் வீடுகள் கிடையாது. டாக்டரின் தாத்தாவோ கொள்ளு தாத்தாவோ பெரிய நிலப்பரப்பில் கட்டின அந்தக்காலப் பங்களா டைப் வீடு. கிளினிக் இருந்த வீடு 1911ல் கட்டப்பட்டது என்பதை பில்டிங் முகப்பிலேயே பச்சை கலரில் எழுதி வைத்திருந்தார்கள். வாசலில் பெரிய போர்டிகோ, சுற்றிலும் தோட்டம். வீடு கட்டும்போது வைத்த மனோரஞ்சிதம் இப்போது மரமாகி, அதன் கிளைகளும் வேர்த்தண்டும் கெட்டிப்பட்டு முறுக்கிக்கொண்டு ஏடாகூடமாகப் பரவியிருக்க டாக்டர் அதன் பாரம்பரியத்தை நன்கு அறிந்தவர் போல ஆங்காங்கே இரும்புக் கம்பிகள் நட்டு முட்டுக் கொடுத்திருந்தார். காற்றில் பரவின சுகந்தம்.

இருபது வருடங்களுக்கும் மேலாக நடக்கும் கிளினிக் என்பதும் தெரிந்தது. டாக்டர் கோபாலனுக்கு அப்படி ஒன்றும் அயனான பிராக்டிஸ் இல்லை. மலையன்குளம் பிறகு சுற்று வட்டாரத்தில் கூப்பிடுவார்கள், இல்லை கிளினிக்குக்கு வருவார்கள். கைராசியான டாக்டர் என்னும் பெயரெல்லாம் இல்லை. கோபாலனும் இந்த பிராக்டிஸ் வருமானத்தை நம்பி இல்லை. பிதுரார்ஜித சொத்து ஏகப்பட்டது உண்டு. கும்பகோணத்தில் தேவு நாயுடு தெருவிலும் சாரங்கபாணி கோவில் தெருவிலும் சில வீடுகள் உண்டு. கூடவே நிலபுலன் ஏக்கராக் கணக்கில். சில தோப்புகளும் உண்டு. அவற்றில் வரும் வருமானம் அவருக்கு மிக அதிகம் என்பதால் படித்த படிப்பு வீணாகாமலும் பெத்த பேரு இருப்பதாலும் டாக்டர் பிராக்டிஸ் செய்து வந்தார்.

கிளினிக்கின் முதல் அறையில் பழைய மேஜைக்கு அருகில் உட்கார்ந்திருந்த பெரியவருக்கு நூற்றுப்பத்து வயது என்றால் கேள்வி கேட்காமல் நம்பலாம். அவர் ரிசப்ஷன் ஆசாமியா, தோட்டக்காரரா அல்லது வாட்ச்மேனா என்று யாருக்கும் புரிபட்டது இல்லை. ஒரு நாளைக்கு ரெண்டு பேஷண்ட்டுக்கு மேல் வராத கிளினிக்கில் என்ன ரிசப்ஷன் வேண்டிக் கிடக்கும்.

இவனுடைய பாட்டிக்கு இரண்டு நாளாக வயிற்றில் கோளாறு. பாட்டிக்கு டையாபிடிஸ் உண்டு. ஆனாலும் 'எனக்கென்னடா, அந்தக்காலத்து உடம்பு' என்று சொல்லிக்கொண்டு அசோகா அல்வாவையும் பால் போளிகளையும் சகட்டு மேனிக்கு வைத்துக்கொண்டு சாப்பிடுவாள்.

"இன்னிக்கு வயறு உப்புசமாக இருக்குடி. அதனால ராத்திரிக்கு சாதம் வேண்டாம். பழாகாரம் மட்டும் தா."

பழம் மட்டும் என்பது பாட்டியைப் பொறுத்தவரை நாலு மொந்தன் பழம், ஒரு கொடகாரஞ்சு, ரெண்டு கொய்யா கை நிறைய கறுந்திராட்சை கூடவே ஒரு டம்ளர் பால்.

"டேய், பாட்டியை அழச்சிண்டு டாக்டர் கோபாலனைப்போய் பார்த்துட்டு வந்துரு. எனக்கு இன்னிக்கு தாசில்தார் இன்ஸ்பெக்ஷன் இருக்கு." அப்பா இவனிடம் சொல்லிவிட்டு போய்விட்டார். அங்கே டாக்டர் வீட்டுக்குப் போனால் கிழவனார் ஏக பந்தா பண்ணினார்.

"அப்பாய்ண்ட் இருக்கா?"

"இல்ல கிளினிக்குல கூட்டம் இல்லியென்னு."

"பாட்டிம்மா இப்படிக்கா உக்காருங்க. டாக்டர் பதினொண்ணறைக்கு வருவார்."

உட்கார்ந்தார்கள். இவன் உட்கார்ந்த நாற்காலி தொபக்கென்று சரிந்தது.

"அந்த நாற்காலி ஒடஞ்சுடுத்து. அங்க போய் உக்காரு தம்பி."

இவன் அந்த கென்சிங்டன் கடிகாரத்தைப் பார்த்துக் கொண்டிருந்தான். பதினொண்ணரை வரை டாக்டர் கண்ணிலேயே படவில்லை. ஒரு வழியாக பதினொண்ணே முக்காலுக்கு மாடியிலிருந்து இறங்கி வந்தார் டாக்டர் கோபாலன். அவருடன் கூடவே வந்தது குட்டிக்யூரா பவுடர் மணம்.

பளபளக்கும் வழுக்கை. ஒல்லியான தேகம். தளர்வான நடையுடன் நடந்தார் என்பதை விட நகர்ந்தார் என்று சொல்ல வேண்டும். எங்களுக்கு முன்னால் இரண்டு பேர் காத்திருந்தார்கள். யார் என்று தெரியவில்லை. உள்ளூர் இல்லை, வெளியூர் போலும். எங்களின் முறை வருவதற்குள் பன்னிரெண்டரை ஆகிவிட்டது. கன்சல்டிங் ரூம், அதென்ன கன்சல்டிங் ரூம், வாசல் பெரிய ஹாலை ஒக்கப் பண்ணி கன்சல்டிங் ரூமாக ஆக்கியிருந்தார். நல்ல விஸ்தாரமாக இருந்தது. கடைசியில் ஒரு விக்டோரியன் மேஜையில் அவர் சுழல் நாற்காலியில் உட்கார்ந்திருந்தார். அந்த ஒல்லியான தேகம் ஏதோ நாற்காலி ஓரத்தில் ஒட்டிக்கொண்டாற்போல இருந்தது. பின்னால் அலமாரியில் இன்னும் சில லண்டன் சமாச்சாரங்கள் போல இருந்தன.

கனிவாகப் பார்த்தார். கண்களில் சாந்தம். "வாடா, இப்ப என்ன ஏ.வி.சியில பி.காமா? என்ன பாட்டி உங்களுக்குத்தான் உடம்பா?"

பாட்டி மென்னு முழுங்கி விலாவரியாகச் சொல்வதையெல்லாம் கேட்டு அப்புறம் பல கேள்விகளுக்குப் பிறகு இரண்டு மூணு பேப்பர்களில் எழுதினர்.

"இங்க கிட்ட வாங்கோ, என்னால சத்தமா பேச முடியாது."

"இந்த எக்ஸ் பிளட் டெஸ்ட் கும்மோணத்துலதான் எடுக்கணும். ஈரல் சம்பந்தப்பட்டது. வேற எங்கியும் எடுத்துட வாண்டாம். ஒரு பேரியம் மீலும் எடுக்கணும் என்ன."

“கும்மோணமா டாக்டர்?”

“ஆமா, தேவு நாயுடு தெருல இருக்கு.”

“இங்க நம்மூருக்குப் பக்கமா செம்பனார்க்கோவில்ல எடுக்க.”

இவன் முடிப்பதற்குள் அவருக்குக் கோபம் வந்து விட்டது. சிடு சிடுத்தார்.

“பாட்டிக்கு குணமாகணுமா வாண்டாமா?”

“சரி சரி டாக்டர்.”

“நா இந்தக்கால டாக்டர்கள் மாதிரி இல்ல. சொல்றபடி கேட்கறதானா பாட்டிய பார்க்கறேன். இல்லேன்னா நீங்க வேற டாக்டர்கிட்ட போகலாம்.”

ஊரில் அப்போது வேறு டாக்டர்கள் கிடையாது. “இல்ல இல்ல டாக்டர் பாட்டிய கூட்டிண்டு போய்டறேன்.” முந்திக்கொண்டு இவனே பதில் சொன்னான்.

“இந்த டெஸ்டுக்கு தாராளமா காஷ் எடுத்துண்டு போ, என்ன?”

தாராளமான்னா எவ்வளவு என்று இவனுக்குப் பீதியாகியது.

“சரி டாக்டர்.”

“ரெண்டு நாள்ல ரிப்போர்ட் கொடுப்பா. எடுத்துண்டு அடுத்த திங்கள் என்னைப் பார்க்க வாங்கோ.”

“இப்ப ஃபீஸ் டாக்டர்..?”

“உங்க குடும்பமே எனக்கு பேஷண்ட் ஆச்சே, அதனால நூறு ரூபாய் குடு போறும்.”

எடுத்துக்கொடுத்து விட்டு அவரை குஷிப்படுத்தும் என்று “டாக்டர், வாசல்ல இருக்கே அந்த கென்சிங்டன் கடிகாரம், எப்போ வாங்கினது?” இவன் கஷ்டப்பட்டு ஆவலை முகத்தில் காட்டி கேட்டான்.

கொஞ்சம் புன்னகையுடன், “அது லண்டன்ல வாங்கினது. எங்க அப்பா தொள்ளாயிரத்து முப்பதுல லண்டன் போன போது எனக்கும் என் தம்பிக்கும் ஆளுக்கு ஒன்று வாங்கி வந்தார். எப்போதும் எங்கள் ரூமிலேதான் மாட்டியிருந்தோம். அவர் ஞாபகமாக அறுபதுலேர்ந்து க்ளினிக்குல மாட்டி வெச்சிருக்கேன்.”

உற்சாகம் திரும்பிவிட்டது டாக்டருக்கு.

“சரித்திர வண்ணமாய் இருக்கு டாக்டர்” இவன் மேலும் ஐஸ் வைத்தான்.

“ஆமாம். நானும் என் தம்பியும் இதை அபூர்வப்பொருள் போலப் பாதுகாத்தோம். ஒவ்வொரு ஞாயிற்றுக்கிழமையும் எண்ணைப் போட்டு துடைத்து வைப்போம். நா தஞ்சாவூர் மெடிக்கல் காலேஜில் படிக்கும்போது இதுல நேரம் பாத்து பாத்துதான் படிச்சேன். எத்தன வருஷம் ஆச்சு பாரு, இன்னி வரைக்கும் செகண்ட் மாறாம டைம் காட்டும்.”

“சரி, போய்ட்டு வர்றோம் டாக்டர்.”

இவன் கொஞ்சம் குற்றமாக உணர்ந்தான். முகத்தைப் பாவமாக வைத்துக்கொண்டு “நிச்சயமா கும்மோணம் போய் டெஸ்ட் எடுத்துண்டு வந்துடறோம் டாகடர்” என்று சொல்லிவிட்டு வெளியேறினார்கள்.

“எனக்கு நம்பிக்கையா இருக்கு, இவர் மருந்து குடுத்தா சரியாபோய்டும். டெஸ்டெல்லாம் எடுத்துரலாம்டா.”

கும்மோணம் போய் வரும் ஆசையில் பாட்டி இவன் அப்பாவிடம் சொல்லிவிட அதற்கும் பொறுப்பு இவனிடமே தரப்பட்டது.

“கும்மோணம் என்ன அவ்வளவு தூரமா? கோவிலுக்குக் கல்யாணம் காட்சின்னா ஓடறோமோனோ, இதுக்கு மட்டும். டாகடர் கோவப்பட்டார் பாரு, நல்ல வேளை, அந்த வாசல்ல மாட்டியிருக்கே அந்தக் கடிகாரம் பத்தி பேசி அவரை சமாதானம் பண்ணிட்டான் உம்புள்ள. மனுஷனுக்கு எவ்வளவு ஆசாபாசம் பாரு.”

கும்மோணம் டிரிப் உற்சாகத்தில் பாட்டி இவனுக்கும் புகழ் மாலை சூட்டினாள்.

அடுத்த நாள் பஸ் பிடித்து பாட்டியை அழைத்துக்கொண்டு கும்பகோணம் புறப்பட்டான். கிளம்பும்போதே ஏழரை ஆகிவிட்டிருந்தது. ஒரு வழியாக பஸ் கிடைத்து கும்பகோணம் போய்ச்சேர எட்டரை ஆகிவிட்டது. கை ரிக்ஷா பிடித்து தேவு நாயுடு தெருவை கண்டுபிடிக்க இன்னும் அரைமணி.

“என்ன சார், இவ்ளோ லேட்டா வர்றீங்க?”

“சாரிப்பா. பாட்டி கொஞ்சம் மெதுவாத்தான் நடப்பாங்க, அதான்.”

“சரி சரி, உள்ளே போங்க. சார், ஆயிரத்து ஐந்நூறு கட்டணும்.”

ஓ, இதான் அந்த ‘தாராளமா’ என்று அதிர்ச்சியுடன் எடுத்துக் கொடுத்துவிட்டு போனான்.

“சார், இந்தாங்க ரசீது. ரிப்போர்ட்டெல்லாம் சனிக்கிழமை கெடைக்கும்.”

வெளியே வந்து செருப்பை மாட்டிக்கொண்டபோது இவன் எதேச்சையாக நிமிர்ந்து பார்த்தான். கிளினிக்கின் வாசலில் நேராக சன் ஷேடுக்கு அடியில் பிளாக் மெட்டல் கம்பியில் அழுக்கு வெண்மையில் ராயசமாகத் தொங்கிக் கொண்டிருந்தது கென்சிங்டன் 1879 லண்டன் என்று பதித்த ‘அந்த மற்றொரு’ வெள்ளைக் கடிகாரம்.

- 500 ரூபாய்க்கு மேல் வாங்கினால், இந்தியன் போஸ்டல் சர்வீஸ் மூலம் இந்தியா முழுமைக்கும் இலவசமாக உங்களுக்குப் புத்தகம் அனுப்பி வைக்கப்படும். கொரியர் மூலம் புத்தகத்தைப் பெற வேண்டுமென்றால் நீங்கள் கொரியருக்கான பணத்தைத் தரவேண்டும்.
- இந்தத் திட்டத்தைப் பயன்படுத்தி இரண்டு ஆண்டுகளில் நீங்கள் எத்தனை முறை வேண்டுமானாலும் புத்தகம் வாங்கலாம்.
- சுவாசம் நேரடியாகப் பங்கேற்கும் புத்தகக் கண்காட்சிகளிலும் நீங்கள் இச்சலுகையைப் பெறலாம்.
- சுவாசத்தின் நேரடிப் புத்தகக் கடைகளிலும் இச்சலுகையைப் பயன்படுத்தி நீங்கள் புத்தகம் வாங்கலாம்.
- சுவாசத்தின் சமூக ஊடகங்கள் அதாவது வாட்ஸப், இன்ஸ்டாகிராம், ஃபேஸ்புக், திரெட், டிவிட்டர் மூலமும் இச்சலுகையைப் பயன்படுத்தி நீங்கள் ஆர்டர் செய்யலாம்.
- வெளிநாட்டு வாழ் இந்தியர்கள் மற்றும் தமிழர்களும் இத்திட்டத்தில் பங்குபெறலாம். புத்தகம் அனுப்புவதற்கான செலவை நீங்கள் ஏற்கவேண்டும்.
- எங்களிடம் கிடைக்காத புத்தகங்கள் இருந்தால், அவற்றை வாங்கித் தர இயன்ற அளவுக்கு முயல்வோம். அப்படி வாங்க முடியாத பட்சத்தில் உங்களிடம் சொல்லிவிடுவோம்.
- சுவாசம் விற்பனை செய்யாத பதிப்பகமே இல்லை என்பதால், இத்திட்டம் நிச்சயம் உங்களுக்குப் பயனுள்ளதாக இருக்கும் என்பதில் ஐயமில்லை.
- புத்தக வாசிப்பாளர்களுக்கும் மாணவர்களுக்கும் ஆசிரியர்களுக்கும் பள்ளிகளுக்கும் ஏற்ற அருமையான திட்டம் இது. (**பள்ளிப் புத்தகங்களுக்கும் கைடுகளுக்கும் இத்திட்டம் பொருந்தாது**.)
- எங்களிடம் கிடைக்கும் ஆங்கிலப் புத்தகங்களுக்கும் இத்திட்டம் பொருந்தும் என்பது உங்களுக்குக் கூடுதல் சலுகை.
- எங்களிடம் கிடைக்கும் புத்தகங்களை எங்கள் வலைத்தளம் www.SwasamBookart.comல் பார்க்கலாம். இதில் பட்டியலிடப்பட்டிருக்கும் அனைத்துப் புத்தகங்களும் ஸ்டாக்கில் இருக்கும் என்று சொலல முடியாது. ஆனால் இப்புத்தகங்கள் பதிப்பாளரிடம் ஸ்டாக்கில் இருக்குமானால் நாங்கள் நிச்சயம் உங்களுக்கு வாங்கித் தருவோம்.